ഭൂതവും വർത്തമാനവും

മതം, മതേതരത്വം, ഹിന്ദുത്വം, പൗരാണികത എന്നിവയെ സംബന്ധിച്ച വ്യാഖ്യാനങ്ങൾ

bhoothavum varthamanavum
matham mathetharathwam hinduthwam pauranikatha
ennivaye sambhadicha vyakhanagal

•

romila thapper, ranbir chakravarthi

•

translation
narayanan chemmaleseri

•

first edition
october 2018

•

typesetting & published
chintha publishers, thiruvananthapuram

•

cover
vinod

വിതരണം

ദേശാഭിമാനി ബുക്ക് ഹൗസ്

H O തിരുവനന്തപുരം-695 035
phone: 0471-2303026, 6063026
www.chinthapublishers.com
chinthapublishers@gmail.com

ബ്രാഞ്ചുകൾ

ഹെഡ്ഡാഫീസ് ബ്രാഞ്ച് കുന്നുകുഴി • സ്റ്റാച്യു തിരുവനന്തപുരം • കെ എസ് ആർ ടി സി ബസ് സ്റ്റേഷൻ ആലപ്പുഴ • കെ എസ് ആർ ടി സി ബസ് സ്റ്റേഷൻ എറണാകുളം • മച്ചിങ്ങൽ ലെയ്ൻ തൃശൂർ • ഐ ജി റോഡ് കോഴിക്കോട് • മാവൂർ റോഡ് കോഴിക്കോട് • എൻ ജി ഒ യൂണിയൻ ബിൽഡിങ് കണ്ണൂർ • സെൻട്രൽ ബസ് ടെർമിനൽ കോംപ്ലക്സ് താവക്കര കണ്ണൂർ

CO - 2696 / 4728
ISBN - 978-93-87842-75-5

ഭൂതവും വർത്തമാനവും

മതം, മതേതരത്വം, ഹിന്ദുത്വം, പൗരാണികത എന്നിവയെ സംബന്ധിച്ച വ്യാഖ്യാനങ്ങൾ (അഭിമുഖം)

റൊമില ഥാപ്പർ/രൺബീർ ചക്രവർത്തി

പരിഭാഷ: നാരായണൻ ചെമ്മലശ്ശേരി

ചിന്ത പബ്ലിഷേഴ്സ്
തിരുവനന്തപുരം-695 035

റൊമില ഥാപ്പർ

ലോകപ്രശസ്ത ചരിത്രകാരി.

ജനനം 1931.

പഞ്ചാബ് യൂണിവേഴ്സിറ്റിയിൽനിന്നു ബിരുദം. ലണ്ടൻ യൂണിവേഴ്സിറ്റിയിലെ സ്കൂൾ ഓഫ് ഓറിയന്റൽ ആന്റ് ആഫ്രിക്കൻ സ്റ്റഡീസിൽ നിന്ന് ഡോക്ടറേറ്റ്.

ജവഹർലാൽ നെഹ്റു യൂണിവേഴ്സിറ്റിയിൽ പൗരാണിക ഇന്ത്യാചരിത്രത്തിൽ പ്രൊഫസറായി പ്രവർത്തിച്ചു.

Asoka and the Decline of the Maurya, *Ancient Indian Social History: Some Interpretations*, *Recent Perspectives of Early Indian History* (editor), *A History of India Volume One*, *Early India: From the Origins to AD 1300* എന്നിവ പ്രധാനപ്പെട്ട കൃതികളിൽ ചിലത്.

രൺബീർ ചക്രവർത്തി

പ്രശസ്ത ചരിത്രകാരൻ. കൊൽക്കത്ത യൂണിവേഴ്സിറ്റിയിൽനിന്ന് എം എ, പി എച്ച് ഡി എന്നിവ നേടി. 1981 മുതൽ അക്കാദമിക്ക് രംഗത്ത് സജീവം. ജവഹർലാൽ നെഹ്റു യൂണിവേഴ്സിറ്റിയിൽ സെന്റർ ഫോർ ഹിസ്റ്റോറിക്കൽ സ്റ്റഡീസിലെ ഫാക്കൽറ്റി.

Email: ranbic@gmail.jnu.ac.in

നാരായണൻ ചെമ്മലശ്ശേരി

മലപ്പുറം ജില്ലയിലെ ചെമ്മലശ്ശേരിയിൽ ചെറുകാട് പിഷാരത്ത് ജനനം. ചെമ്മലശ്ശേരി യു പി സ്കൂൾ, പുലാമന്തോൾ ഹൈസ്കൂൾ, കോഴിക്കോട് ഗുരുവായൂരപ്പൻ കോളേജ്, പാലക്കാട് വിക്ടോറിയാ കോളേജ് എന്നിവിടങ്ങളിൽ വിദ്യാഭ്യാസം. ഫിസിക്സിൽ ബിരുദാനന്തരബിരുദം. കോഴിക്കോട് ഗുരുവായൂരപ്പൻ കോളേജ്, ചേർത്തല എസ് എൻ കോളേജ് എന്നിവിടങ്ങളിൽ ഫിസിക്സ് അദ്ധ്യാപകനായിരുന്നു. കുറെക്കാലം കേരള ഭാഷാ ഇൻസ്റ്റിറ്റ്യൂട്ടിൽ സബ് എഡിറ്ററായി പ്രവർത്തിച്ചു.

ഭാര്യ : എ ലക്ഷ്മിഭായി (റിട്ടയേഡ് പ്രൊഫസർ)
മക്കൾ : ഡോ. ഇന്ദുലേഖ, ഡോ. സുലേഖ
വിലാസം : 'അശ്വതി', പാറമ്മേൽക്കാവ് ലെയ്ൻ
തൃശൂർ - 680020
ഫോൺ : 0487 2333922
9446967384

ഉള്ളടക്കം

ആമുഖം 5

ഭൂതം, വർത്തമാനം എന്ന നിലയിൽ 11

ശുദ്ധമായ ആര്യനിസം 19

ഹിന്ദുമതവും ഹിന്ദുത്വവും 24

മതനിരപേക്ഷതയുടെ നിർവ്വചനം 32

മതത്തിന്റെ നിർവ്വചനം 35

പ്രാമാണിക ഗ്രന്ഥങ്ങളെ ചോദ്യം ചെയ്യൽ 39

സാമൂഹ്യ സാമ്പത്തിക ചരിത്രത്തെ മാർക്സിസ്റ്റ് ചരിത്രമെന്ന് മുദ്രകുത്തുമ്പോൾ 48

മൗര്യകാലത്തെപ്പറ്റി മാറി വരുന്ന സമീപനങ്ങൾ 53

ഉദാരമൂല്യങ്ങൾ നഷ്ടപ്പെടുന്നു 61

ചരിത്രവസ്തുതകളും വൈകാരിക സമീപനങ്ങളും 65

ബുദ്ധനായിരുന്നു തേരാളിയെങ്കിൽ... 70

രാമായണത്തിന്റെ ജനപ്രീതി 76

പ്രസാധകക്കുറിപ്പ്

റൊമില ഥാപ്പർ ഇന്ത്യ കണ്ട മികച്ച ചരിത്രപ്രതിഭകളിൽ ഒരാളാണ്. ഭൂതകാലത്തെ ചോദ്യം ചെയ്യുകയും വ്യാഖ്യാനിക്കുകയും ചെയ്യുന്നതിൽ അവർ പ്രകടിപ്പിച്ചിട്ടുള്ള ശാസ്ത്രീയബോധം മാതൃകാപരമാണ്. ചരിത്രപഠനത്തിന് സാമൂഹ്യവിജ്ഞാനം, നരവംശശാസ്ത്രം, ഭൂമിശാസ്ത്രം, രാഷ്ട്രീയവിജ്ഞാനം തുടങ്ങിയ ശാഖകളെ അവർ ഉപയോഗിച്ചു. ഭൂതകാലം വർത്തമാനകാലവുമായി ബന്ധപ്പെട്ടിരിക്കുന്നു എന്ന ഉറച്ച ബോദ്ധ്യത്തിൽനിന്നാണ് അവരുടെ പഠനങ്ങൾ വികസിക്കുന്നത്. ചരിത്രകാരനും എഴുത്തുകാരനുമായ രൺബീർ ചക്രവർത്തി റൊമില ഥാപ്പറുമായി നടത്തിയ ദീർഘാഭിമുഖങ്ങളാണ് ഈ പുസ്തകം. മതം, മതേതരത്വം, ഹിന്ദുത്വം, പൗരാണികത തുടങ്ങിയ പദങ്ങൾ അഗാധമായ ചരിത്രബോധത്തോടെ പ്രൊഫ. ഥാപ്പർ പറഞ്ഞു തരുമ്പോൾ നമ്മൾ അവരുടെ വിദ്യാർത്ഥികളായി മാറുന്നു. ഈ അഭിമുഖം പ്രസിദ്ധീകരിച്ച ഫ്രണ്ട്ലൈൻ മാസികയോടും വിവർത്തനം പ്രസിദ്ധീകരിച്ച ചിന്ത വാരികയോടും പരിഭാഷ നിർവ്വഹിച്ച നാരായണൻ ചെമ്മലശ്ശേരിയോടും ഞങ്ങൾക്കുള്ള കടപ്പാട് രേഖപ്പെടുത്തുന്നു.

ചിന്ത പബ്ലിഷേഴ്സ്

ആമുഖം

ജവഹർലാൽ നെഹ്റു യൂണിവേഴ്സിറ്റിയിലെ പ്രൊഫസർ എമിറിറ്റസ് ആയ റൊമില ഥാപ്പർ ഇന്ത്യയിലെ ഏറ്റവും പ്രകീർത്തിക്കപ്പെടുന്ന ചരിത്രകാരിൽ ഒരാളാണ്. ആദ്യകാല ഇന്ത്യയെക്കുറിച്ച് വ്യാഖ്യാനത്തോടുകൂടിയ പഠനം നടത്തുന്നതിൽ അളവറ്റ സംഭാവന നല്കിയതിന് അവർ, പ്രത്യേകിച്ചും അന്താരാഷ്ട്രതലത്തിൽ, ആദരിക്കപ്പെടുന്നുണ്ട്. 'ഇന്ദോളജി' എന്നറിയപ്പെട്ടിരുന്ന ചരിത്രത്തിൽനിന്ന്, സാമൂഹ്യശാസ്ത്രങ്ങളുടെ ശക്തമായ ദിശാബോധത്തോടുകൂടിയ ആദ്യകാല ഇന്ത്യാ ചരിത്രത്തിലേക്കുള്ള പരിവർത്തനത്തിന് അവരുടെ അശ്രാന്ത പരിശ്രമങ്ങൾ വളരെയേറെ സഹായകരമായിത്തീർന്നിട്ടുണ്ട്. ഈ ഉപഭൂഖണ്ഡത്തിന്റെ ചരിത്രത്തെക്കുറിച്ചുള്ള പഠനങ്ങളിൽ വിശ്രമരഹിതമായി ഏർപ്പെട്ട പ്രൊഫസർ റൊമില ഥാപ്പർ, ഭൂതകാലത്തെ ചോദ്യം ചെയ്യുകയും വ്യാഖ്യാനിക്കുകയും ചെയ്യുന്നുണ്ട്. അനുഭവസിദ്ധമായ സമ്പന്നത കൊണ്ടുമാത്രമല്ല അവരുടെ പഠനങ്ങൾ ശ്രദ്ധേയമായിത്തീരുന്നത്; മറിച്ച് പ്രാചീനചരിത്രത്തെക്കുറിച്ചുള്ള പഠനത്തെ സാമൂഹ്യവിജ്ഞാനം, സാമൂഹ്യവും സാംസ്കാരികവുമായ നരവംശശാസ്ത്രം, ഭൂമിശാസ്ത്രം, രാഷ്ട്രീയവിജ്ഞാനം തുടങ്ങിയ നിരവധി സാമൂഹ്യ-മാനവികശാസ്ത്രങ്ങളുമായി സമന്വയിപ്പിക്കുന്നതുകൊണ്ടും ആ പഠനങ്ങൾ ശ്രദ്ധേയമായിത്തീരുന്നു. പ്രാചീന/ആദ്യകാല ഇന്ത്യയെക്കുറിച്ചുള്ള പഠനം രാജവംശങ്ങളുടെ വിശദാംശങ്ങളും നാൾവഴികളും എന്നതിൽനിന്ന്, ഭൂതകാലത്തിന്റെ അന്തരാത്മാവിലേക്ക് ഇറങ്ങിച്ചെന്നുകൊണ്ടുള്ള പഠനം എന്ന നിലയിലേക്ക് പരിവർത്തനം ചെയ്യപ്പെട്ടു എന്നതാണ് അതിന്റെ ഫലം. ഇത്തരം സാഹസിക പ്രവർത്തനങ്ങളിലൂടെ അവർ, ചരിത്രരചനാ രീതിയിലുണ്ടായിക്കൊണ്ടിരിക്കുന്ന മാറ്റങ്ങളെക്കു

റിച്ച് നമ്മെ ആവർത്തിച്ചാവർത്തിച്ച് ഓർമ്മപ്പെടുത്തിക്കൊണ്ടിരിക്കുന്നുണ്ട്; ഭൂതകാലത്തെ പഠിക്കുന്നതിന് ചരിത്രകാരന്മാർ സ്വീകരിക്കുന്ന സമീപനങ്ങളെയും രീതിശാസ്ത്രത്തെയും വിശകലനം ചെയ്യുന്ന റൊമില ഥാപ്പർ, ഈ ചരിത്രകാരന്മാർ ഉന്നയിക്കുന്ന ചോദ്യങ്ങളെയും വിശകലനം ചെയ്യുന്നുണ്ട്. ഭൂതകാലം വർത്തമാനകാലവുമായി ദൃഢമായി ബന്ധപ്പെട്ടിരിക്കുന്നു എന്ന് അവർ ശരിയായ വിധത്തിൽ ചൂണ്ടിക്കാണിക്കുന്നുമുണ്ട്. ഭൂതകാലത്തെക്കുറിച്ചുള്ള ഒരു പ്രത്യേക അന്വേഷണം വർത്തമാനകാല സാമൂഹ്യ-സാംസ്കാരിക-രാഷ്ട്രീയ പരിതഃസ്ഥിതികളുമായി എത്രമാത്രം ബന്ധപ്പെട്ടിരിക്കുന്നു എന്നും അവർ എടുത്തുകാണിക്കുന്നുണ്ട്. റൊമില ഥാപ്പറുമായി രൺബീർ ചക്രവർത്തി നടത്തിയ സുദീർഘമായ അഭിമുഖമാണ് ഇവിടെ കൊടുക്കുന്നത്.

1

ഭൂതം, വർത്തമാനം എന്ന നിലയിൽ

'ഭൂതം, വർത്തമാനം എന്ന നിലയിൽ' എന്ന (The past as present) താങ്കളുടെ ഏറ്റവും പുതിയ പുസ്തകം വായിക്കുമ്പോൾ ഇന്ന് ഇന്ത്യയിലെ ചരിത്രപഠനത്തിന്റെ അവസ്ഥയെക്കുറിച്ചും ചരിത്രത്തെക്കുറിച്ച് പൊതുവിലുള്ള പരിപ്രേക്ഷ്യത്തെക്കുറിച്ചും താങ്കൾ ഒട്ടൊക്കെ ദുഃഖിതയാണ് എന്ന ധാരണയാണ് ഉണ്ടാകുന്നത്. താങ്കൾ അതിനെക്കുറിച്ച് ഏറെ ശുഭാപ്തി വിശ്വാസം പ്രകടിപ്പിക്കുന്നില്ല. ഏറെ നിരാശയും പ്രകടിപ്പിക്കുന്നില്ല. അക്കാര്യം താങ്കൾ വളരെ വ്യക്തമായിത്തന്നെ എഴുതിയിട്ടുണ്ട്. ഈ വിഷയത്തെക്കുറിച്ച് ഒന്ന് വിശദീകരിക്കാമോ?

കഴിഞ്ഞ ഏതാനും പതിറ്റാണ്ടുകൾക്കിടയിൽ ഇന്ത്യയിലെ ചരിത്രം എങ്ങോട്ടാണ് പോയത് എന്നതിനെക്കുറിച്ചാണല്ലോ നിങ്ങളുടെ ചോദ്യം. ചരിത്രത്തെ വായിക്കുകയും പഠിക്കുകയും അതിനെക്കുറിച്ച് സംസാരിക്കുകയും ചെയ്യുന്ന കാര്യത്തിൽ രണ്ടുതലങ്ങളുണ്ട് എന്നു പറയാം. അക്കാദമിക് ചരിത്രകാരുടെ പാണ്ഡിത്യത്തിന്റെ തലമാണ് അതിൽ ഒന്ന്. ആ തലത്തിൽ ഇന്ന് എഴുതപ്പെടുന്ന രീതിയിലുള്ള ചരിത്രം മതിപ്പുളവാക്കുന്നതാണെന്ന് ഞാൻ കരുതുന്നു-മെച്ചപ്പെട്ട യൂണിവേഴ്സിറ്റികളിലും കോളേജുകളിലും പ്രവർത്തിക്കുന്ന ചരിത്രകാരന്മാർക്കിടയിലെങ്കിലും അതങ്ങനെയാണ്. അമ്പതുകൊല്ലംമുമ്പ് ചരിത്രം പഠിപ്പിക്കപ്പെട്ടിരുന്നത് എങ്ങനെയാണ് എന്നും ചരിത്രപരമായ രചനയ്ക്ക് ഒരു പുതിയ ദിശാബോധം നല്കുന്നതിനായി അക്കാലത്ത് നടത്തിയ രീതിയിലുള്ള സമരങ്ങൾ ഏതൊക്കെയായിരുന്നുവെന്നും പരിഗണിക്കുമ്പോൾ യഥാർത്ഥത്തിൽ ഇന്ന് സ്വീകരിക്കുന്ന രീതിയിലുള്ള ദിശാബോധം,

വളരെ മതിപ്പുളവാക്കുന്ന മാറ്റംതന്നെയാണ്. കാര്യങ്ങൾ നടന്ന രീതിയിൽ ഞാൻ സന്തുഷ്ടയാണ്-യൂണിവേഴ്സിറ്റികളിൽ ഈ മാറ്റം സാർവ്വത്രികമായി ഉണ്ടായിട്ടില്ല എന്ന കാര്യം അംഗീകരിക്കണമെങ്കിൽത്തന്നെയും ഏറ്റവും നല്ല കേന്ദ്രങ്ങളിൽ ഇന്ന് ചരിത്രം പഠിപ്പിക്കുന്ന വിധത്തിൽ മറ്റ് മിക്കവയും ഇപ്പോഴും എത്തിക്കഴിഞ്ഞിട്ടില്ല എങ്കിൽത്തന്നെയും. അതെന്തായാലും, ചരിത്രത്തെ ഒരു സാമൂഹ്യശാസ്ത്രമായി പരിഗണിക്കുക മാത്രമല്ല, അതിന്റെ ബൗദ്ധികമായ അടിത്തറകളെ അംഗീകരിക്കുകകൂടി ചെയ്യുന്ന നിരവധി ചരിത്രകാരന്മാർ ഇന്നിവിടെയുണ്ട്. ഈ സമീപനം വിപുലമാകും എന്ന് നമുക്ക് ആശിക്കാം.

എന്നാൽ മറുവശത്ത് ചരിത്രത്തെ ഉയർത്തിക്കാണിക്കുന്നതുമായി ബന്ധപ്പെട്ട എന്റെ വികാരം, യഥാർത്ഥത്തിൽ ഇതിന് കടകവിരുദ്ധമാണുതാനും. പൊതുജനങ്ങൾക്ക് ഏറെ പരിചിതമായ ജനപ്രിയ ചരിത്രത്തിന്റെ കാര്യവുമായി ബന്ധപ്പെട്ടതാണിത്. ഒന്നുകിൽ ഒരു നൂറ്റാണ്ടിലധികംകാലം മുമ്പ് പഠിപ്പിക്കപ്പെട്ടുവന്ന വിധത്തിലുള്ള കാലഹരണപ്പെട്ട ചരിത്രമാണത്. അല്ലെങ്കിൽ അത് ചരിത്രമേയല്ല. ഭൂതകാലത്തെ സംബന്ധിച്ച് പലപ്പോഴും ഒരു കാര്യവുമില്ലാത്ത ചോദ്യങ്ങൾ ഉന്നയിക്കപ്പെടുന്നു; എല്ലാവിധത്തിലുമുള്ള, സാമാന്യവല്കൃതമായ പ്രസ്താവനകൾ നടത്തപ്പെടുന്നു. ചരിത്രത്തെക്കുറിച്ച് പരിജ്ഞാനമില്ലായ്മയാണ് പൊതുവിൽ ഇതിലെല്ലാം പ്രതിഫലിച്ചുകാണുന്നത്. പ്രൊഫഷണൽ ചരിത്രകാരന്മാരല്ലാത്ത ഇത്തരം ആളുകൾ പൊതുമണ്ഡലങ്ങളിൽ പ്രചരിപ്പിക്കുന്ന ഈ ചരിത്രത്തിന്, സ്കൂളുകളിലും കോളേജുകളിൽപ്പോലും പഠിപ്പിക്കുന്ന ചരിത്രവുമായി വളരെ ബന്ധമുണ്ട്. ചരിത്രത്തെക്കുറിച്ചും ചരിത്രം പഠിപ്പിക്കുന്ന രീതിയെക്കുറിച്ചും ഇപ്പോഴും തികച്ചും കാലഹരണപ്പെട്ട ധാരണയാണ് നാം വച്ചുപുലർത്തുന്നത്. നാൾവഴികളിലും സംഭവങ്ങളിലും കാണാപ്പാഠം പഠിക്കേണ്ട വിവരങ്ങളുടെ വെറുമൊരു പട്ടിക എന്ന നിലയിൽ ചരിത്രത്തെ പരിഗണിക്കുന്നതിലും ആണ് ഊന്നൽ. ആരോ ഒരാൾ പറഞ്ഞപോലെ, വിദ്യാർത്ഥികൾക്ക് നല്കിയ നോട്ടുകൾ നോക്കിയാൽ, അത് ടെലഫോൺ ഡയറക്ടറിപോലെയിരിക്കും. ഒരുവശത്ത് കുറെ സംഖ്യകളുടെ പട്ടികയും മറുവശത്ത് ആളുകളുടെ പട്ടികയും.

ഭൂതകാലത്തെക്കുറിച്ചുള്ള വിവരം മാത്രമാണ് ചരിത്രം എന്നാണ് ആളുകൾ ഇപ്പോഴും കരുതുന്നത് എന്നതാണ് ഖേദകരം. ചരിത്രത്തിലേക്ക് ഗവേഷണം നടത്തുമ്പോൾ, ഈ സമീപനം ഇപ്പോൾ വളരെ പരിമിതികളുണ്ടാക്കുന്നതായി കാണപ്പെടുന്നു. അറിയപ്പെടുന്ന സ്രോതസ്സുകളിൽനിന്ന് വിവരങ്ങൾ നേടുന്നതിനു മാത്രമല്ല നാം ഊന്നൽ നല്കുന്നത്. മറിച്ച് വിവിധതരങ്ങളിലുള്ള പുതിയ സ്രോതസ്സുകളിൽനിന്ന് വിവരങ്ങൾ സംഭരിക്കുന്നതിനും ഭൂതകാലത്തെ മനസ്സിലാക്കുകയും

വിശദീകരിക്കുകയും ചെയ്യുന്നതിനായി ആ വിവരങ്ങളെ ഉപയോഗപ്പെടുത്തുന്നതിനുമുമ്പായി തെളിവുകളുടെ വിശ്വസനീയത മുമ്പത്തേക്കാൾ കൂടുതൽ ശ്രദ്ധാപൂർവ്വം പരിശോധിക്കുന്നതിനുംകൂടി നാം ഊന്നൽ നല്കുന്നുണ്ട്. വിവരങ്ങൾക്കുവേണ്ടി ഭൂതകാലത്തിൽ പര്യവേക്ഷണം നടത്തുകയും ഭൂതകാലത്ത് എന്താണ് സംഭവിച്ചതെന്ന് തുടർന്ന് വിശദീകരിക്കുകയും ചെയ്യുന്ന ഈ രണ്ട് വശങ്ങൾ, "ചരിത്രപരമായ രീതി'' എന്ന് നാമിന്ന് വിളിക്കുന്ന പദ്ധതിയിൽ വലിയ പങ്കുവഹിക്കുന്നുണ്ട്. ഞങ്ങൾ വിദ്യാർത്ഥികളായിരുന്ന കാലത്ത് ഇതല്ല ഞങ്ങളെ പഠിപ്പിച്ചിരുന്നത്. കാരണം ഈ വിധത്തിൽ ചിന്തിച്ചിരുന്നവർ കുറച്ചുപേരേ ഉണ്ടായിരുന്നുള്ളൂ. എന്നാൽ ഇന്നിപ്പോൾ അത് തികച്ചും അനിവാര്യമായിത്തീർന്നിരിക്കുന്നു.

ഖേദകരമെന്നു പറയട്ടെ, ഈ രീതി വിദ്യാർത്ഥികളെ എങ്ങനെ പഠിപ്പിക്കണം എന്നതു സംബന്ധിച്ച് വേണ്ടത്ര ഊന്നൽ നല്കപ്പെടുന്നില്ല- ഹൈസ്കൂളിലായാലും കോളേജിൽ ബിരുദതലംവരെയായാലും ശരി, ഇതാണ് സ്ഥിതി. മേല്പറഞ്ഞതിന്റെ അനിവാര്യമായ അർത്ഥം ഇതാണ്. തെളിവുകളും അടിസ്ഥാന വിവരങ്ങളും ശേഖരിക്കുക എന്നതാണ് ഒന്നാമത്തെ നടപടി. അടിസ്ഥാന വിവരങ്ങളുടെ വിശ്വസനീയത പരിശോധിക്കുകയും വിശ്വസനീയമായവിധത്തിൽ പരിശോധിച്ചറിഞ്ഞ വിവരങ്ങളാണ് ഉപയോഗിക്കുന്നതെന്നും എവിടെനിന്നെങ്കിലും അശ്രദ്ധമായി പെറുക്കിയെടുത്ത എന്തെങ്കിലും സാധനമോ അല്ലെങ്കിൽ ആരുടെയെങ്കിലും ഭ്രമകല്പനയിൽ വിരിഞ്ഞ സാധനമോ അല്ലെന്നും ഉറപ്പുവരുത്തുകയുമാണ് രണ്ടാമത്തെ നടപടി. സംഭവങ്ങൾ തമ്മിൽത്തമ്മിലുള്ള ആകസ്മിക ബന്ധങ്ങൾ കണ്ടെത്തുക എന്നതാണ് മൂന്നാമത്തെ നടപടി. 'എ' എന്ന സംഭവത്തിന്റെ ഫലമായിട്ടാണോ 'ബി' എന്ന സംഭവം ഉണ്ടായത്? ഈ സംഭവങ്ങൾ ഒരേ സ്ഥലത്തുവെച്ചുതന്നെയാണ് സംഭവിച്ചതെങ്കിലും, ഒന്നിനുശേഷം അല്പകാലം കഴിഞ്ഞാണ് മറ്റേത് സംഭവിച്ചതെങ്കിൽ അവ തമ്മിൽ എന്തെങ്കിലും ബന്ധമുണ്ടായിരിക്കുമോ? അതായത് സുചിന്തിതവും യുക്ത്യധിഷ്ഠിതവുമായ വിശകലനത്തിൽ യാദൃച്ഛികബന്ധം സുപ്രധാനമായ ഒരു ഘടകമായിത്തീരുന്നുവെന്നർത്ഥം. എല്ലാ വിശകലനങ്ങളും, ലഭ്യമായ വിവരങ്ങളെ വിമർശനാത്മകമായി വിലയിരുത്തിയതിന്റെ അടിസ്ഥാനത്തിലായിരിക്കണം എന്നതാണ് അടുത്ത നടപടി. പക്ഷേ, ഈ അടുത്ത നടപടി നിർവ്വഹിക്കാത്തവരായി ചരിത്രകാരന്മാർ എന്ന നിലയിൽ പ്രൊഫഷണൽ പരിശീലനം ലഭിച്ചവരിൽത്തന്നെ എത്രയോ ആളുകളുണ്ട്. ഭ്രമകല്പന ചിത്രത്തിൽ വരുന്നില്ല. അതാണ് പലപ്പോഴുമുള്ള വലിയ വ്യത്യാസം. എന്നാൽ ജനപ്രിയ ചരിത്രത്തിൽ യഥാർത്ഥത്തിൽ സുചിന്തിതവും യുക്ത്യധിഷ്ഠിതവുമായ

വിശകലനത്തേക്കാൾ പലപ്പോഴും ഭ്രമകല്പനയാണ് കൂടുതലായി കാണപ്പെടുന്നത്.

ഈ നടപടികളിലൂടെയെല്ലാം കടന്നുപോയിക്കഴിഞ്ഞിട്ടുണ്ടെങ്കിൽ ചരിത്രപരമായ സാമാന്യവല്ക്കരണമാണ് അതെന്ന് നമുക്ക് പ്രസ്താവിക്കാവുന്നതാണ്. അതിനാൽ യുക്തിയുടെയും ന്യായത്തിന്റെയും അടിസ്ഥാനത്തിൽ പരിഗണിക്കപ്പെടേണ്ടതും വിശകലനം ചെയ്യപ്പെടേണ്ടതുമായ വസ്തുതകളുടെ സമാഹാരമായി ചരിത്രപരമായ വിവരങ്ങളെ പരിഗണിക്കുന്ന ഈ നടപടിക്രമം, കഴിഞ്ഞ ഏതാനും പതിറ്റാണ്ടുകാലത്തിനുള്ളിലുണ്ടായിട്ടുള്ള ചരിത്രപരമായ ഗവേഷണത്തിലെ കൂടുതൽ നവീനമായ ഒരു പ്രവണതയാണ്. അത് മുമ്പും നിലനിന്നിരുന്നു; എന്നാൽ കൂടുതൽ മെച്ചപ്പെട്ട ചരിത്രകാരന്മാരിൽ ആയിരുന്നു അത്. എന്നാൽ ഇന്ന് എല്ലാ ചരിത്ര വിദ്യാർത്ഥികൾക്കും അത് ആവശ്യമാണ്. അത് കർക്കശമായ ഒരു കാര്യമായതിനാൽ എല്ലാ വിദ്യാർത്ഥികളും ആ യോഗ്യത ആർജ്ജിക്കുകയില്ല.

ചരിത്രപരമായ വിവരങ്ങൾ എന്ന് പറയുമ്പോൾ നാം മനസ്സിലാക്കുന്നതു തന്നെ, വിശകലനത്തിന്റെയും വിവര സംഭരണത്തിന്റെയും വളരെ കർക്കശമായ ഒരു പ്രക്രിയയാണെന്നും അതിന് ശരിയായ പരിശീലനം ആവശ്യമാണെന്നും അശിക്ഷിതമായ താല്പര്യങ്ങളിലൂടെ അത് പെറുക്കിയെടുക്കാൻ കഴിയില്ല എന്നും ആണ്, ഒരുപക്ഷേ, അതിലൂടെ താങ്കൾ ഉദ്ദേശിക്കുന്നതെന്ന് തോന്നുന്നു. ഭൂതകാലത്തെ ഏതെങ്കിലുമൊന്നിനെ സംബന്ധിച്ചുള്ള അശിക്ഷിതമായ പൊതുജനതാല്പര്യവും കർക്കശമായ രീതിയിലുള്ള വിവര സംഭരണത്തിന്റെയും യുക്ത്യാധിഷ്ഠിതമായ രീതിയിലുള്ള അതിന്റെ രീതിശാസ്ത്രപരമായ വിശദീകരണത്തിന്റെയും അടിസ്ഥാനത്തിലുള്ള ചരിത്രകാരന്റെ ധാരണയും തമ്മിൽ വ്യതിരിക്തമായ വിധത്തിൽ വ്യത്യസ്തമായ എന്തോ ഒന്നുണ്ട്?

അതേ. നിങ്ങൾ പറഞ്ഞത് ശരിയാണ്. പൂർണ്ണമായും ശരിയാണ്. എല്ലാ ചരിത്രവുമായും ബന്ധപ്പെട്ട ശരിയായ ഒരു കാര്യമാണത്. എന്നാൽ പ്രാചീന ഇന്ത്യാ ചരിത്രവുമായി ബന്ധപ്പെട്ടുകൊണ്ടാകുമ്പോൾ, അത് കൂടുതൽ സങ്കീർണ്ണമായിത്തീരുന്നു – അതിനുപയോഗിക്കേണ്ടിവരുന്ന വിവര സ്രോതസ്സുകളുടെ നിര കണക്കിലെടുക്കുമ്പോൾ. പ്രാചീന ഇന്ത്യാ ചരിത്രത്തെ സംബന്ധിച്ച ഒരു ഡസൻ ഗ്രന്ഥങ്ങൾ വായിച്ചതുകൊണ്ടു മാത്രം ആയില്ല – കാരണം ആ വായന നിങ്ങളെ ആ വിഷയത്തിൽ ഒരു വിദഗ്ദ്ധനാക്കിത്തീർക്കുന്നില്ല. സ്രോതസ്സുകളും അവ എങ്ങനെയാണ് വിശകലനം ചെയ്യുകയെന്നും താങ്കൾ അറിഞ്ഞിരിക്കണം. സ്രോതസ്സുകൾ ഏതൊക്കെയാണെന്നും അവ അക്കാലത്ത് ഏത് ഭാഷയിലാണ്

ഉപയോഗിച്ചിരുന്നതെന്നും താങ്കൾ അറിഞ്ഞിരിക്കണം. ഉദാഹരണത്തിന് മൗര്യ രാജാക്കന്മാരുടെ കാലത്തെ ശിലാലിഖിതങ്ങളുടെ ഭാഷ അറിഞ്ഞിരിക്കണം - അവ 'പ്രാകൃത' ഭാഷയിലായിരുന്നു. എന്നിട്ടവയെ വിശകലനം ചെയ്യണം. കൗടില്യന്റെ *അർത്ഥശാസ്ത്രം* പോലെയുള്ള, സംസ്കൃതത്തിൽ എഴുതപ്പെട്ടിട്ടുള്ള മറ്റ് ഗ്രന്ഥങ്ങളും അറിഞ്ഞിരിക്കണം. പുരാവസ്തു വിജ്ഞാനീയത്തെക്കുറിച്ചും നിങ്ങൾക്ക് കുറച്ചൊക്കെ അറിവുണ്ടായിരിക്കണം. ഇക്കാലത്ത് പുരാവസ്തു വിജ്ഞാനീയം കൂടുതൽ കൂടുതൽ സാങ്കേതികമായിക്കൊണ്ടിരിക്കുകയാണ്; ശാസ്ത്രീയരീതികളുടെയും ശാസ്ത്രവിജ്ഞാനത്തിന്റെയും ഉപയോഗത്തെയും അത് ആശ്രയിക്കുന്നു. പുരാവസ്തു ഗവേഷണത്തിലേക്ക് ശാസ്ത്രം കൂടുതൽ കൂടുതൽ ഉൾക്കൊള്ളിച്ചുകൊണ്ടിരിക്കുകയാണ്. ചിലപ്പോൾ പുരാവസ്തു സംബന്ധമായ സമകാലീന റിപ്പോർട്ടുകൾ വായിക്കുമ്പോൾ എനിക്ക് അവ പൂർണ്ണമായും മനസ്സിലാവാത്ത അവസ്ഥ ഉണ്ടാവാറുണ്ട്. കാരണം, അവ മനസ്സിലാക്കുന്നതിന് ശാസ്ത്രത്തിൽ പരിശീലനം ആവശ്യമാണ്. പിന്നെ ഭാഷാശാസ്ത്രത്തിന്റെ പ്രശ്നമുണ്ട്. നാം ഉപയോഗിക്കുന്ന സ്രോതസ്സിന്റെ ഭാഷ അറിഞ്ഞതുകൊണ്ടു മാത്രമായില്ല. ഒരു ഭാഷയിലെ മാറ്റങ്ങൾ പരിശോധിക്കുമ്പോൾ ഭാഷാശാസ്ത്രത്തിലെ നിയമങ്ങൾ അറിഞ്ഞിരിക്കണം - പദസഞ്ചയത്തിന്റെ വിവിധ രൂപീകരണങ്ങളും വ്യാകരണവും സ്വനവിജ്ഞാനീയവും എല്ലാം അറിഞ്ഞിരിക്കണം. ഭാഷകളെ വേർപിരിക്കുന്നതും ഭാഷാ സങ്കലനം നടത്തുന്നതും ഏതു വിധത്തിലാണ്, എന്തിനാണ് എന്നും അറിഞ്ഞിരിക്കണം.

ഇന്നിപ്പോൾ ഏറെ സംസാരവിഷയമായിട്ടുള്ള ഒരു ഉദാഹരണം ഞാൻ എടുത്തു കാണിക്കാം. ഞങ്ങൾ വിദ്യാർത്ഥികളായിരുന്നപ്പോൾ, ഞങ്ങളോട് പറഞ്ഞിരുന്നത്, *ഋഗ്വേദ*ത്തിലെ ഭാഷ ഇന്തോ - ആര്യൻ ആണ്, അതു മാത്രമാണ് എന്നാണ്. എന്നാൽ ഇന്നിപ്പോൾ അങ്ങനെ പ്രസ്താവിച്ചാൽ, എല്ലാ വേദ പണ്ഡിതന്മാരും അതിനോട് യോജിക്കുകയില്ല. കാരണം ഭാഷാശാസ്ത്രത്തിന്റെ പ്രയോഗത്തിലൂടെ, *ഋഗ്വേദത്തി*ലെ ഭാഷയിൽ ദ്രാവിഡഭാഷയുടെ ചില ഘടകങ്ങൾ ഉണ്ടെന്ന് വാദിക്കപ്പെട്ടുവരുന്നുണ്ട് - അതിലെ പ്രമുഖ ഭാഷ ഇന്തോ - ആര്യൻ തന്നെയാണെങ്കിൽത്തന്നെയും. ചരിത്രകാരന്മാർക്കുള്ള ഒരു സ്രോതസ്സ് എന്ന നിലയിൽ അതിനെക്കുറിച്ചുള്ള പരിപ്രേക്ഷ്യം ഇതു കാരണം മാറുന്നുണ്ടോ? ശരിക്കും മാറുന്നുണ്ട്. കാരണം ഒരാൾക്ക് ഇങ്ങനെ പറയാൻ കഴിയില്ല. "ഒരൊറ്റ ഭാഷയിലുള്ള, ആ ഭാഷ മാത്രം ഉപയോഗിച്ചിരുന്ന ജനങ്ങൾ സംസാരിച്ചുകൊണ്ടിരുന്ന ഭാഷയിലുള്ള ഒരു മൂലഗ്രന്ഥമാണിത്". ഇന്ന് ചരിത്രകാരന്മാർക്ക് ഇങ്ങനെ പറയേണ്ടിവരും:

ശരിതന്നെ. ആ പ്രത്യേക ഭാഷാവിഭാഗത്തിൽ ഉൾപ്പെടാത്ത ഭാഷാപരമായ മറ്റ് ഘടകങ്ങൾ അതിൽ കാണാനുണ്ടെങ്കിൽ, (ദ്രാവിഡ ഭാഷ, ഇന്തോ - ആര്യനിൽനിന്ന് വ്യത്യസ്തമാണ്) ഒരു ഭാഷ സംസാരിക്കുന്നവരും മറ്റൊരു ഭാഷ സംസാരിക്കുന്ന മറ്റുള്ളവരും തമ്മിൽ ആശയവിനിമയം നടന്നിട്ടുണ്ട് എന്നാണ് അതിനർത്ഥം.

അന്ന് ദ്വിഭാഷാ വ്യവസ്ഥ നിലനിന്നിരിക്കാൻ സാദ്ധ്യതയില്ലേ എന്ന്, അല്ലെങ്കിൽ അതിനുള്ള തെളിവുകൾ വേണ്ടത്ര ഇല്ലേ എന്ന്, നിങ്ങൾക്ക് ചോദിക്കേണ്ടിവരും. വ്യത്യസ്ത ഭാഷകൾ സംസാരിക്കുന്നവരുടെ അടുപ്പത്തിന്റെ ഫലമല്ലേ ഇത്? ഒരൊറ്റ സംസ്കാരത്തിന്റെയല്ല, മറിച്ച് സഹവർത്തിക്കുന്ന മറ്റ് സംസ്കാരങ്ങളുടെ നടുവിൽ ഈ സംസ്കാരത്തിന്റെ അധീശത്വം പ്രതിഫലിപ്പിക്കുന്ന ഒരു പശ്ചാത്തലത്തിൽ ഋഗ്വേദത്തെ പ്രതിഷ്ഠിക്കുകയാണ് ഇത് ചെയ്യുന്നത്. അതിനാൽ ഈ പറഞ്ഞ മറ്റ് സംസ്കാരങ്ങളെ ചരിത്രകാരൻ മറനീക്കി കാണിക്കേണ്ടിയിരിക്കുന്നു.

ഏതാനും പതിറ്റാണ്ടുകൾക്കുമുമ്പ് അജ്ഞാതമായിക്കിടന്നിരുന്ന മറ്റ് വിഭാഗം സ്രോതസ്സുകളിൽനിന്നുള്ള തെളിവുകൾ, ഈ കാലഘട്ടത്തെക്കുറിച്ച് ഇന്ന് നാം പഠിക്കുമ്പോൾ നാം പരിഗണിക്കേണ്ടതുണ്ട്. ഉദാഹരണത്തിന് ഈ മേഖലയിലെ നദികളിലെ ജലവിജ്ഞാനീയത്തെ സംബന്ധിച്ച പഠനങ്ങൾ കണക്കിലെടുക്കണം - അതിലും പ്രത്യേകിച്ച് ഇന്നിപ്പോൾ ഏറെ ചർച്ചയ്ക്ക് വിഷയമായിട്ടുള്ള സരസ്വതീ നദിയെ പറ്റിയുള്ള വിവരങ്ങൾ. അതിന്റെ സ്വത്വം കൃത്യമായി അറിവായിട്ടില്ല; അതിന്റെ ചരിത്രവും വ്യക്തമായി അറിവായിട്ടില്ല; അതിലേക്കുള്ള ജലം വലിയ അളവിൽ ലഭിച്ചുകൊണ്ടിരുന്നത് വർഷപാതത്തിൽ നിന്നാണോ? അതോ ഏതെങ്കിലും ഹിമാനി ഉരുകിയിട്ടാണോ? അതിലെ ജലം യമുനയും സത്‌ലജും വലിച്ചെടുക്കുകയാണോ ഉണ്ടായത്? അങ്ങനെയാണോ അതിന്റെ തിരോധാനം സംഭവിച്ചത്? ഈ ചരിത്രത്തിലേക്ക് വെളിച്ചം വീഴ്ത്താൻ സഹായിച്ചേക്കാവുന്ന മറ്റൊരു സ്രോതസ്സ്, ഇന്നിപ്പോൾ ചർച്ചാ വിഷയമായിട്ടുള്ള ജനിതകവിജ്ഞാനീയമാണ്. ഈ മേഖലയിലേക്ക് ഏതെങ്കിലും പ്രത്യേക കാലങ്ങളിൽ കുടിയേറ്റക്കാർ വന്നിട്ടുണ്ടോ? അതോ ഇവിടത്തെ ജനസംഖ്യയുടെ ഘടന താരതമ്യേന സ്ഥിരമായിത്തന്നെ നിലനില്ക്കുകയായിരുന്നുവോ?

തെളിവുകളെ സംബന്ധിച്ചുള്ള വിവാദപരമായ വശങ്ങളാണ് ഇവ. ഞാൻ അവയെക്കുറിച്ച് സൂചിപ്പിക്കുന്നത്, ചരിത്ര പ്രശ്നങ്ങൾക്ക് എല്ലായ്പ്പോഴും ''അതെ'' അല്ലെങ്കിൽ ''അല്ല'' എന്ന തരത്തിലുള്ള ഉത്തരങ്ങൾ ഉണ്ടാവുകയില്ല എന്ന് വിശദീകരിക്കുന്നതിനുവേണ്ടിയാണ്. കാരണം തെളിവുകൾ പരസ്പരവിരുദ്ധങ്ങളാകാം; വിവാദങ്ങൾക്ക് ഇടയുള്ളതുമാകാം. (സാന്ദർഭികമായി പറയട്ടെ, ചരിത്രത്തിൽ ''ഒബ്ജക്റ്റീവ്

ടൈപ്പ് ചോദ്യങ്ങൾക്ക്'' ഒരു അർത്ഥവുമില്ല എന്നു പറയുന്നതിനുള്ള ഒരു കാരണം അതാണ്.) തങ്ങൾ നല്കുന്ന വിശദീകരണങ്ങളുടെ യുക്തിയെ, ചരിത്രകാരന്മാർക്ക് ആശ്രയിക്കേണ്ടിയിരിക്കുന്നു. തെളിവുകൾ മാറുമ്പോൾ അവയ്ക്കും മാറ്റങ്ങൾ വരുത്തേണ്ടതുണ്ട്. പത്തൊമ്പതാം നൂറ്റാണ്ടിൽ എങ്ങനെയാണോ വാദിച്ചുകൊണ്ടിരുന്നത് അത് ഇരുപത്തിയൊന്നാം നൂറ്റാണ്ടിൽ വ്യത്യസ്തമായ രീതിയിൽ വാദിക്കേണ്ടിവരും. ഒരു പ്രത്യേക കാലഘട്ടത്തിൽ അറിയപ്പെടുന്ന ഒരു വിഷയത്തെക്കുറിച്ചുള്ള വിജ്ഞാന നിലവാരം അനുസരിച്ചാണ്, ചരിത്രപരമായ വിശദീകരണം നിർണ്ണയിക്കപ്പെടുന്നത്. ആ വിശദീകരണം കൊണ്ട് എന്താണോ ഉദ്ദേശിക്കപ്പെട്ടിട്ടുള്ളത്, ആ ഉദ്ദേശ്യത്തിനനുസരിച്ച് അതിന് നിറം കൊടുക്കപ്പെടുകയും ചെയ്യും.

ഇനി ഞാൻ കൂടുതൽ വിശാലമായ ഒരു വിഷയത്തിലേക്ക് പ്രവേശിക്കട്ടെയോ? പൊതുവിൽ പറഞ്ഞാൽ പൊതുജനങ്ങൾക്ക് (ചരിത്രപരമായ പഠനങ്ങളിൽ പരിശീലനം ലഭിച്ചവരല്ല അവർ മിക്കപ്പോഴും) ഭൂതകാലത്തെക്കുറിച്ച് തെറ്റും അപകടകരവുമായ ധാരണയാണ് ലഭിക്കുന്നത് - ചില വിഭാഗങ്ങളുടെ, ചില മത പ്രവണതകളുടെ, ചില വംശീയ സ്വത്വങ്ങളുടെ ഏകാത്മകവല്ക്കരിക്കപ്പെട്ട വ്യാഖ്യാനങ്ങളിലേക്ക് നോക്കുമ്പോൾ അവർക്ക് ലഭിക്കുന്നത് അങ്ങനെയാണ്. ഏകാത്മകമാക്കപ്പെട്ട അവസ്ഥയായിട്ടാണ് ഓരോന്നും കാണപ്പെടുന്നത്. എന്നാൽ ഭൂതകാലം, സംഭവങ്ങളുടെ ഏകാത്മകവല്ക്കരിക്കപ്പെട്ട അവതരണമല്ലെന്ന് നമുക്കറിയാം. ഋഗ്വേദം ഇന്തോ - ആര്യൻ മാത്രമായിരിക്കാൻ കഴിയില്ല എന്ന് താങ്കൾ പറയുകയുണ്ടായല്ലോ. അത് ഒരൊറ്റ ഭാഷയിൽ രചിക്കപ്പെട്ടതല്ല; അതിൽ പല ഭാഷകൾ അടങ്ങിയിട്ടുണ്ട്. അതുകൊണ്ട് പല സംസ്കാരങ്ങളും ഉണ്ടായിരുന്നുവെന്നും അത് സൂചിപ്പിക്കുന്നു?

ജനകീയ നിലവാരത്തിൽ പ്രചരിപ്പിക്കപ്പെട്ടുവരുന്ന വാദഗതിയുടെ വിശദാംശങ്ങളിലേക്ക് ഞാൻ കടക്കുന്നില്ല. പണ്ഡിതന്മാരുടെ തലത്തിൽ ത്തന്നെയുള്ള അഭിപ്രായ വ്യത്യാസങ്ങളിൽ ഒന്ന് ഇതാണ്. പ്രാചീന ഇന്ത്യയെക്കുറിച്ച് പഠനം നടത്തിക്കൊണ്ടിരിക്കുന്ന, ദേശീയരും വിദേശീയരുമായ പണ്ഡിതന്മാർ, പണ്ഡിതതലത്തിൽ വെച്ചു പുലർത്തിക്കൊണ്ടിരിക്കുന്ന ഒരു ആശയം, മദ്ധ്യ ഏഷ്യയിൽനിന്ന് മിക്കവാറും ഇറാൻ വഴിയാകും ഇന്ത്യയിലേക്ക് ആര്യൻ ഭാഷ വന്നിരിക്കാൻ സാദ്ധ്യത എന്നതാണ്. എന്നാൽ വിവിധ ആളുകൾ ഇന്ത്യയിൽ ഇന്ന് പ്രചരിപ്പിച്ചുകൊണ്ടിരിക്കുന്നത്, ആര്യൻ ഭാഷ സംസാരിക്കുന്നവരെല്ലാം തന്നെ തദ്ദേശീയരായിരുന്നു എന്ന സമീപനമാണ്. ഹാരപ്പൻ സംസ്കാരത്തിന്റെ പ്രണേതാക്കൾ ആര്യന്മാരായിരുന്നു എന്നുപോലും ചിലർ പ്രചരിപ്പിക്കുന്നുണ്ട്.

അതായത് ഇന്ത്യൻ സംസ്കാരത്തിന്റെ ഉല്പത്തിയിൽ ആര്യന്മാരുടേതല്ലാത്ത ഘടകം ഒന്നും തന്നെയുണ്ടായിരുന്നില്ല എന്നാണ് അവർ അഭിപ്രായപ്പെടുന്നത്. എനിക്ക് അംഗീകരിക്കാൻ കഴിയാത്ത ഒരു വാദഗതിയാണിത്. അതിന് പല കാരണങ്ങളുമുണ്ട്.

2

ശുദ്ധമായ ആര്യനിസം

എന്താണ് ശുദ്ധമായ ആര്യനിസം?

ശുദ്ധമായ ആര്യനിസം. അവിടെ എല്ലാം ലഘൂകരിക്കപ്പെട്ടിരിക്കുന്നു. അവിടെ ഒരൊറ്റ സ്രോതസ്സേയുള്ളു. പ്രശ്നത്തിന്റെ സങ്കീർണ്ണതകളെല്ലാം മാറ്റിവയ്ക്കപ്പെട്ടിരിക്കുന്നു. ശക്തമായ അഭിപ്രായ വ്യത്യാസം ഉണ്ടെന്ന കാര്യം വ്യക്തമാണ്. രണ്ട് വീക്ഷണങ്ങൾക്ക് പിൻബലം നല്കുന്നതിന് ഉദ്ധരിക്കപ്പെട്ട തെളിവുകൾ അസമമാണ്. അവർ നിർദ്ദേശിക്കുന്ന ചില തെളിവുകൾ ഭാഷാശാസ്ത്രപരമായും പുരാവസ്തു വിജ്ഞാനീയപരമായും, ഞങ്ങളെപ്പോലെയുള്ളവരെ സംബന്ധിച്ചിടത്തോളം പ്രായോഗികമല്ല. *ഋഗ്വേദം* ഹാരപ്പൻ സംസ്കാരത്തിനുശേഷം ഉണ്ടായതാണ് എന്നാണ് ഞങ്ങളുടെ വാദം. അതുകൊണ്ട് സ്വാഭാവികമായും അതിനുമുമ്പത്തെ സംസ്കാരം അതിൽ പ്രതിഫലിക്കുകയില്ല. ഹാരപ്പൻ സംസ്കാരത്തിന് മെസപ്പെട്ടോമിയയുമായി ബന്ധങ്ങളുണ്ടായിരുന്നു; ഒമാനിൽ അധിവാസപ്രദേശങ്ങളുണ്ടായിരുന്നു. അവയിൽ ഒന്നും തന്നെ *ഋഗ്വേദ*ത്തിൽ പ്രതിഫലിച്ചുകാണുന്നില്ല. ബി സി മൂന്നാം സഹസ്രാബ്ദത്തിന്റെ അവസാനത്തോടും രണ്ടാം സഹസ്രാബ്ദത്തിന്റെ ആദ്യകാലത്തോടുംകൂടി, ചുറ്റുപാടുമുള്ള, ഹാരപ്പയിലേതല്ലാത്ത വിവിധ സംസ്കാരങ്ങളുമായി ഹാരപ്പൻ സംസ്കാരം സമകാലികമായി വർത്തിച്ചുവന്നിരുന്നു. ബി സി രണ്ടാം സഹസ്രാബ്ദത്തിന്റെ അവസാനപാദത്തിന്റെ മദ്ധ്യമായപ്പോഴേക്കും (*ഋഗ്വേദ*ത്തിന്റെ രചനയുടെ കാലം ഇതാണ് എന്നാണ് പൊതുവിൽ കണക്കാക്കിവരുന്നത്) സംസ്കാരങ്ങളുടെ ഒരു നിരതന്നെ സാന്നിദ്ധ്യമറിയിച്ചു തുടങ്ങിയിരുന്നു. ചായംതേച്ച ചാരനിറമുള്ള പാത്രങ്ങളുടെ സംസ്കാരം, കറുപ്പും ചുവപ്പും നിറത്തിലുള്ള പാത്രങ്ങളുടെ സംസ്കാരം, കൂറ്റൻ കല്ലുകളിലെ പ്രതിമകളുടെ സംസ്

കാരം തുടങ്ങിയവ ഉദാഹരണം. അവ വൈവിദ്ധ്യപൂർണ്ണമായിരുന്നു. അവ ഒരൊറ്റ സംസ്കാരമായിരുന്നില്ല. ആര്യൻ ഭാഷ സംസാരിക്കുന്നവർ കൂടുതൽ പ്രദേശങ്ങളിലേക്ക് പരക്കുന്നതിനിടയിൽ വൈവിദ്ധ്യംനിറഞ്ഞ ഈ സംസ്കാരങ്ങളുമായി പരിചയപ്പെട്ടിട്ടുണ്ടാവണം; അവയുടെ നടുവിൽ അധിവാസമുറപ്പിച്ചിട്ടുണ്ടാവണം.

എന്നാൽ ഹാരപ്പൻകാരും *ഋഗ്വേദ*ത്തിന്റെ രചയിതാക്കളും തമ്മിൽ ഒരു വലിയ വ്യത്യാസം ഉണ്ട് എന്ന കാര്യം നാം വിസ്മരിക്കരുത്. ഹാരപ്പൻ നഗരങ്ങൾ പരിഷ്കൃതമായ നഗരസംസ്കാരങ്ങളായിരുന്നു; എഴുത്തും വായനയും അവർക്ക് അറിയാമായിരുന്നു. നേരെമറിച്ച് *ഋഗ്വേദ*ത്തിന്റെ കാലത്തെ സമൂഹം കാർഷികവൃത്തിയും മൃഗപരിപാലനവും നടത്തുന്നവരായിരുന്നു; അവർക്ക് പട്ടണസമ്പ്രദായവും സാക്ഷരതയും പരിചയമുണ്ടായിരുന്നില്ല.

പ്രത്യേകിച്ചും ദക്ഷിണാർധ ദ്വീപിലെ മഹാശിലാസംസ്കാരത്തിൽ എന്താണ് സംഭവിച്ചുകൊണ്ടിരുന്നത് എന്ന കാര്യം ഋഗ്വേദ പാഠങ്ങളിൽ പ്രതിഫലിച്ചു കാണുന്നില്ല എന്നുതന്നെ പറഞ്ഞുകൂടേ?

മഹാശിലാ സംസ്കാരം, അതേ രൂപത്തിൽ ഋഗ്വേദ പാഠങ്ങളിലൊന്നും രേഖപ്പെടുത്തപ്പെട്ടിട്ടില്ല. എന്നാൽ അസുരന്മാർ, ദാസന്മാർ, ദസ്യൂക്കൾ തുടങ്ങിയ വിവിധ വിഭാഗങ്ങളെക്കുറിച്ച് ഈ പാഠങ്ങളിൽ ചർച്ച ചെയ്യപ്പെടുന്നുണ്ട്. കൂടുതൽ യാഥാർത്ഥ്യബോധത്തോടുകൂടി നമുക്ക് *ഋഗ്വേദ* പഠനങ്ങളിലേക്കൊന്നു നോക്കാം. രണ്ട് വർണ്ണങ്ങളെക്കുറിച്ച് *ഋഗ്വേദം* പരാമർശിക്കുന്നുണ്ട്-ആര്യന്മാരും ദാസന്മാരും. ദാസന്മാർ ആരായിരുന്നു? വ്യത്യസ്തമായ ആചാരങ്ങളും ചടങ്ങുകളും അനുഷ്ഠിക്കുന്ന ആളുകളായിട്ടാണ്, അവരെ *ഋഗ്വേദ*ത്തിൽ വിവരിക്കുന്നത്, വ്യത്യസ്ത ദൈവങ്ങളെയാണ് അവർ ആരാധിക്കുന്നത്; വേദ സംഹിതകളുടെ രചയിതാക്കൾ സംസാരിക്കുന്ന അതേ ഭാഷയല്ല അവർ സംസാരിച്ചിരുന്നത് എന്നും കാണുന്നു. അവർ സമ്പന്നരായിരുന്നു; അവർക്ക് കന്നുകാലി സമ്പത്തുണ്ടായിരുന്നതുകൊണ്ട് മറ്റുള്ളവർക്ക് അവരോട് അസൂയയുണ്ടായിരുന്നു; അവർ പ്രത്യേക അധിവാസകേന്ദ്രങ്ങളിലാണ് താമസിച്ചിരുന്നത്. അതുകൊണ്ട് അവർ ഒരു വ്യത്യസ്ത സംസ്കാരമായിരുന്നു എന്നും ചില പണ്ഡിതന്മാർ കരുതുന്നുണ്ട്. അതുകൊണ്ട് ''അവർ ആരായിരുന്നു'' എന്ന് നമുക്ക് ആരായേണ്ടതുണ്ട്. അവർ സാങ്കല്പികവല്ക്കരിക്കപ്പെട്ടതെന്തുകൊണ്ടാണ്?

പിന്നെ ദാസീ പുത്ര ബ്രാഹ്മണരുണ്ട്. ആദ്യം അവർ അംഗീകരിക്കപ്പെട്ടിരുന്നില്ല. എന്നാൽ പിന്നീട് അവർ തങ്ങളുടെ ശക്തികൾ പ്രകടമാക്കിയപ്പോൾ അവർ ബ്രാഹ്മണരായി അംഗീകരിക്കപ്പെട്ടു. ഒരർത്ഥത്തിൽ പറഞ്ഞാൽ ആ പദംതന്നെ ഒരു വിരോധാഭാസപ്രയോഗമാണ്. കാരണം ദാസീപുത്രൻ (അടിമയായ സ്ത്രീയിൽ, അഥവാ, നീച പദവിയിലോ നീച സംസ്കാരത്തിലോ ഉള്ള സ്ത്രീയിൽ, പിറന്ന പുത്രൻ എന്നാണ്

ആ വാക്കിന്റെ അർത്ഥം) ബ്രാഹ്മണന്റെ പദവിക്ക് കടകവിരുദ്ധമാണ്. ദേവന്മാരും അസുരന്മാരും തമ്മിൽ ഇടയ്ക്കിടെ സംഘട്ടനങ്ങളിൽ ഏർപ്പെട്ടിരുന്നുവെന്ന് വേദപാഠങ്ങൾ സൂചിപ്പിക്കുന്നു. അതെ. അതുകൊണ്ട് അത് ഒരുതലത്തിൽ സാങ്കല്പികം തന്നെയാണ്. എന്നാൽ ഒരു സമൂഹത്തിന്റെ ധാരണകളിൽനിന്ന് സാങ്കല്പികത പൂർണ്ണമായും ഒറ്റപ്പെട്ടു നില്ക്കുന്നില്ല. അത് യാഥാർത്ഥ്യം വിവരിക്കുന്നുണ്ടാകില്ലെങ്കിൽത്തന്നെയും. അവർക്ക് തങ്ങളെക്കുറിച്ചുതന്നെയുള്ള ധാരണകൾ, അവർ നിർമ്മിക്കുന്ന സങ്കല്പനങ്ങളിൽ സാധാരണയായി പടർന്നു കയറും. അതുകൊണ്ട് 'നാം' എന്നും 'അവർ' എന്നും നിരന്തരം ഊന്നിപ്പറഞ്ഞുകൊണ്ടിരിക്കുന്നുണ്ടെങ്കിൽ, ഒന്നിലേറെ സംസ്കാരങ്ങൾ വ്യക്തമായും നിലനിന്നിരുന്നിട്ടുണ്ടായിരിക്കണം. ഹാരപ്പൻ കാലഘട്ടത്തിനുശേഷം ആരംഭിച്ച് ബി സി അഞ്ചാം നൂറ്റാണ്ടിലെ ചരിത്ര നഗരങ്ങളുടെ നഗര സംസ്കാരങ്ങളുടെ കാലഘട്ടംവരെയുള്ള കാലമാണ് വേദസംഹിതകളുടെ കാലഘട്ടം എന്ന് ചരിത്രകാരന്മാർ വാദിക്കുന്നത് അതുകൊണ്ടാണ്. പരസ്പരം ഒത്തുചേർന്ന് പ്രവർത്തിക്കുന്ന സംസ്കാരങ്ങളുടെ അടിസ്ഥാനത്തിൽ കാണുകയാണെങ്കിൽ, ഒരൊറ്റ സംസ്കാരത്തിൽ മാത്രം കേന്ദ്രീകരിച്ചുകൊണ്ടുള്ള സമൂഹമായിരുന്നുവെങ്കിൽ ഒഴിവാക്കപ്പെടുമായിരുന്ന പല സമൂഹങ്ങളുടെയും പരസ്പരമായ ഒന്നിച്ചുള്ള പ്രവർത്തനത്തിന്റെ അടിസ്ഥാനത്തിലുള്ള നിരവധി സാദ്ധ്യതകൾ അതിൽ ഉയർന്നുവരുമായിരുന്നു. ഉദാഹരണത്തിന്, നിരവധി സംസ്കാരങ്ങളുടെ ഒരു സമന്വയത്തിൽനിന്ന് സംസ്കാരത്തിന്റെ ഒരേ ഒരു രൂപം ഉയർന്നുവരുന്ന വിധത്തിൽ സ്വയം അവതരിപ്പിക്കാൻ വേദസംഹിതകളുടെ പാഠഭാഗങ്ങൾ ശ്രമിക്കുകയാണ് എന്ന് വാദിക്കാൻ സാധിക്കുമോ? അയ്യായിരം കൊല്ലക്കാലത്തെ ചരിത്ര പ്രവർത്തനങ്ങൾക്കുശേഷം ഇന്നുപോലും, വ്യത്യസ്തങ്ങളായ സംസ്കാരങ്ങളാണല്ലോ നമുക്കുള്ളത്.

അത് ഏക ഘടകമായതുമല്ല; ഏകശിലാ നിർമ്മിതവുമല്ല. അസന്ദിഗ്ദ്ധമായവിധത്തിൽ സംസ്കാരങ്ങളുടെ നിരവധി ഗുണങ്ങൾ ഉൾക്കൊള്ളുന്നതാണത്. പുരാവസ്തുവിജ്ഞാനീയത്തിന്റെയും വൈദിക പാഠങ്ങളുടെയും പ്രശ്നം താങ്കൾ ഉന്നയിച്ച നിലയ്ക്ക് അഞ്ചോ ആറോ കൊല്ലം മുമ്പ് നടത്തപ്പെട്ട പ്രത്യേകിച്ചും താല്പര്യജനകമായ ഒരു കണ്ടുപിടിത്തത്തെക്കുറിച്ച് ഞാൻ ഓർത്തുപോവുകയാണ്. "സിന്താഷ്ട" എന്നു പേരുള്ള ഉൽഖനന കേന്ദ്രമാണത്. അവിടെ ഉൽഖനനം നടത്തിയ ഡേവിഡ് ആന്റണിയുമായി ഇടപഴകാനുള്ള ഭാഗ്യം എനിക്കുണ്ടായി. വെങ്കലയുഗത്തിലെ സംസ്കാരമാണ് അതെന്ന് അദ്ദേഹം കണ്ടെത്തുകയുണ്ടായി. ഏതാണ്ട് 2500 ബി സി യിൽ (അതാണ് ഏറക്കുറെ സാദ്ധ്യതയുള്ള കാലം) അവിടെ താമസിച്ചിരുന്നവർ വെങ്കലം കൊണ്ടുള്ള സാധനങ്ങൾ നിർമ്മിക്കുമായിരുന്നു. എന്നാൽ അവർ അപ്പോഴും പൂർണ്ണമായ തോതിൽ ഏറെനേരം കുത്തിയിരുന്ന് പണിയെടുക്കുന്നവരായിരുന്നില്ല. മനുഷ്യാവശിഷ്ടങ്ങൾ മറവുചെയ്തിരുന്നതിനോടൊപ്പംതന്നെ, കുതിര

യുടെ അസ്ഥികളും അനുഷ്ഠാനപൂർവ്വം മറവുചെയ്യപ്പെട്ടിരുന്നുവെന്ന താണ് രസകരമായ കാര്യം. ഡോക്ടർമാർ മനുഷ്യശരീരത്തിൽ ശസ്ത്ര ക്രിയചെയ്യുന്ന വിധത്തിൽ അത്യന്തം സൂക്ഷ്മതയോടുകൂടി കുതിരക ളുടെ അസ്ഥികൂടങ്ങൾ കീറിമുറിക്കപ്പെട്ടിരുന്നതിന്റെ അടയാളങ്ങൾ കണ്ടെത്തി എന്നതാണ് ശ്രദ്ധേയമായ വസ്തുത. മദ്ധ്യേഷ്യയുടെ ഹൃദ യഭാഗത്ത് വളരെമുമ്പ് ബി സി മൂന്നാം സഹസ്രാബ്ദത്തിൽ ഉണ്ടായി രുന്ന ഒരു ആചാരമായിരുന്നു അത്. ഇന്ത്യയിൽനിന്ന് വളരെയകലെ, അ ശ്വബലിപോലെയുള്ള ഒരു ആചാരം ഉണ്ടായിരുന്നുവെന്നർത്ഥം. അത് അശ്വമേധം ആയിരുന്നുവെന്ന് ഞാൻ പറയുന്നില്ല. എന്നാൽ കുതിരയെ കൊല്ലുകയും കുതിരയെയും രഥത്തെയും ആചാരപൂർവ്വം മറവുചെയ്യു കയും ചെയ്യുന്ന ഒരു അനുഷ്ഠാനം അവിടെ കാണാം. ഒരുപക്ഷേ, വേദ സംഹിതയിൽ പില്ക്കാലത്ത് അതിന്റെ പ്രതിഫലനം കാണുന്നതാവാം. ഇന്ത്യൻ കേന്ദ്രിതമായ വൈദിക/അഥവാ ഇന്തോ യൂറോപ്യൻ സംസ് കാരത്തിനുവേണ്ടിയുള്ള ഈ അവകാശവാദത്തിൽനിന്നാണ് എല്ലാം ഉണ്ടാ കുന്നത് എന്ന് ഒരാൾക്കുപറയാൻ കഴിയില്ല. കാരണം അതും ഏകാത്മ കവല്ക്കരണത്തിനുള്ള ഉദാഹരണം തന്നെയാണല്ലോ. എന്നു മാത്രമല്ല, അത് ഭ്രാന്തമായ ദേശാഭിമാന സമീപനത്തിന് ജന്മം നല്കുകയും ചെയ്യുന്നു?

അതാണ് അതിന്റെ ഉദ്ദേശം.

എല്ലാ സംസ്കാരങ്ങളിലുംവെച്ച് ഏറ്റവും വലിയത് നമ്മുടേതാണ് എന്ന ധാരണ?

അത് പ്രചാരത്തിലുള്ള ഒരു വാദഗതിയാണ്-''ആര്യന്മാർ തദ്ദേശീ യരാണ്, അവർ ഇന്ത്യയിൽനിന്ന് പുറംലോകത്തിലേക്ക് പോയി, യൂറോ പ്പിലേക്ക് സംസ്കാരം കൊണ്ടുപോയി.'' ഈ സിദ്ധാന്തം കണ്ടുപിടിക്ക പ്പെട്ടത് പത്തൊൻപതാം നൂറ്റാണ്ടിലാണ്; തുടർന്ന് അതിന് ജനങ്ങൾ ക്കിടയിൽ പ്രചാരം ലഭിച്ചു; അതിപ്പോഴും ഉള്ളപോലെതന്നെ. അമേരി ക്കകാരനായ കേണൽ ഹെന്റി സ്റ്റീൽ ഓൽക്കോട്ട് ആണ് (അദ്ദേഹം ബ്രഹ്മവിദ്യാസംഘക്കാരനായിരുന്നു) ആ സിദ്ധാന്തം മുന്നോട്ടുവെച്ചത്. ബ്രഹ്മവിദ്യാ സംഘക്കാർ അത് അംഗീകരിക്കുകയും ചെയ്തു. കുറച്ചു കാലം ബ്രഹ്മവിദ്യാ സംഘക്കാർ ആര്യസമാജത്തോട് അടുപ്പമുള്ളവരാ യിരുന്നു. ആര്യന്മാർ തിബത്തിൽനിന്ന് വന്നവരാണ് എന്നാണ് ആര്യ സമാജ സ്ഥാപകനായ ദയാനന്ദ സരസ്വതി വിശ്വസിച്ചിരുന്നതെങ്കിലും.

ഇന്ത്യയിലെ ഭൂതകാലത്തിന്റെ ഏറ്റവും ആദ്യഘട്ടത്തെ സംബന്ധിച്ച ചരിത്രപരമായ ചർച്ചകൾക്കുള്ള ഇന്ധനമായി ഭവിച്ചത് ഈ സിദ്ധാന്ത ങ്ങളാണ്. അവ ആരംഭിച്ചത് പത്തൊമ്പതാം നൂറ്റാണ്ടിലാണ്. ആ ചാലിൽ നിന്ന് പുറത്തുകടക്കാൻ അവയ്ക്ക് കഴിയുന്നില്ല എന്ന് തോന്നുന്നു. “വംശീ യശാസ്ത്രം” എന്നു വിളിക്കപ്പെടുന്ന പദ്ധതിയുടെ ഭാഗമായി ആര്യൻ ഉല്പത്തിയിൽനിന്ന് ഊരിയെടുത്ത യൂറോപ്യൻ മേധാവിത്വത്തെക്കുറി ച്ച് ചർച്ചചെയ്യപ്പെട്ടിരുന്ന കാലമാണിത് എന്ന് നാം ഓർത്തിരിക്കണം.

20–ാം നൂറ്റാണ്ടിലാണ് യൂറോപ്പിൽ ആര്യനിസം വേരൂന്നിയത് എന്ന വിധത്തിലുള്ള പല വിനാശകരമായ വഴികളിലേക്കും ഈ സിദ്ധാന്തങ്ങൾ ആളുകളെ നയിച്ചു. ചരിത്രപരമായ സിദ്ധാന്തങ്ങളും അതിനോട് കൂടിക്കലർന്ന തീവ്രദേശീയവാദവും സ്വത്വരാഷ്ട്രീയവും, വളരെ കടുത്ത പ്രത്യാഘാതങ്ങൾക്കിടയാക്കും. അതുകൊണ്ടാണ് ഈ സിദ്ധാന്തങ്ങളെക്കുറിച്ച് ചർച്ചചെയ്യേണ്ടത് അനിവാര്യമായിത്തീർന്നിരിക്കുന്നത്.

ചരിത്രപരമായ ചർച്ചയ്ക്ക് വിധേയമാക്കപ്പെടേണ്ട പ്രശ്നങ്ങൾ അങ്ങനെതന്നെ പരിഗണിക്കപ്പെടേണ്ടവയാണ്. വ്യത്യസ്ത കാഴ്ചപ്പാടുകളുള്ള പണ്ഡിതന്മാർ, തെളിവുകളുടെ അടിസ്ഥാനത്തിൽ തങ്ങളുടെ നിലപാടുകളെ വിലയിരുത്തുകയും വേണം. "ആര്യന്മാ"രുടെ തദ്ദേശീയമായ ഇന്ത്യൻ ഉല്പത്തിയേയും അതിൽനിന്ന് സിദ്ധിക്കുന്ന ആര്യൻ സംസ്കാരത്തിന്റെ മേധാവിത്വത്തേയും ചോദ്യംചെയ്യുന്നവരെ സോഷ്യൽ മാധ്യമങ്ങളിലൂടെയും ഇന്റർനെറ്റിലൂടെയും അധിക്ഷേപിക്കുകയും അതിനുപുറമെ പ്രസിദ്ധീകരണങ്ങളിലൂടെ അവരെ ശത്രുതയോടെ നേരിടുകയും ചെയ്യത്തക്കവിധത്തിൽ, ഇന്ത്യയിലെ ആര്യന്മാരെ സംബന്ധിച്ച പ്രശ്നം അത്രമാത്രം രാഷ്ട്രീയവല്ക്കരിക്കപ്പെട്ടിരിക്കുന്നുവെന്നതാണ് ഖേദകരം. ഇതുകാരണം ചരിത്രപരമായ ചർച്ചയ്ക്കുള്ള സാദ്ധ്യതയാണ് കുറഞ്ഞുവരുന്നത്.

3

ഹിന്ദുമതവും ഹിന്ദുത്വവും

പൊതുമണ്ഡലത്തിൽ നാം ശരിക്കും ക്ഷുഭിതരായിത്തീരുന്നുമുണ്ട്-സങ്കുചിത തീവ്ര ദേശാഭിമാന രൂപത്തിലുള്ള ഈ പ്രഖ്യാപനങ്ങൾ കാണുമ്പോൾ, എല്ലാറ്റിനേയും ഏകാത്മകവും ശുദ്ധവുമായ ഭൂതകാലമായി അവതരിപ്പിക്കുന്നതിനുള്ള വ്യഗ്രത കാണുമ്പോൾ, ആ ഭൂതകാലത്തെ അവിച്ഛിന്നമായ നൈരന്തര്യമായി അവതരിപ്പിക്കുന്നത് കാണുമ്പോൾ, വ്യത്യസ്തമായ ഒന്നിനെക്കുറിച്ചുള്ള ഭയവും ഉണ്ടെന്ന് തോന്നുന്നില്ലേ? ഇന്നത്തെ രാഷ്ട്രീയ സംസ്കാരത്തിൽ, ഏകാത്മകമാക്കപ്പെട്ട മാതൃകയിൽനിന്ന് വ്യത്യസ്തമായി കാണപ്പെടുന്ന എല്ലാറ്റിനേയും ഒളിപ്പിച്ചുവെക്കുന്നതിനുള്ള ഒരു പ്രവണത ഉണ്ടെന്ന് താങ്കൾക്ക് തോന്നുന്നില്ലേ?

ഭൂതകാലത്തെ വ്യത്യസ്തമായി കാണേണ്ടിവരുന്നതിനെക്കുറിച്ച് ഭയവും ഉണ്ടെന്ന് ഞാൻ കരുതുന്നു. അതായത്, ലളിതവല്ക്കരിക്കപ്പെട്ടതും ഒറ്റയ്ക്കുള്ളതും മേധാവിത്വം വഹിക്കുന്നതുമായ ഒരു സംസ്കാരം എന്ന നിലയിൽ കാണുന്നതിനേക്കാൾ, പരസ്പരം അകന്നുനില്ക്കുന്ന സംസ്കാരങ്ങളുടെ സങ്കീർണ്ണമായ പരസ്പര പ്രവർത്തനങ്ങൾ എന്ന നിലയിൽ അതിനെ കാണുന്നതിനെക്കുറിച്ച് ഭയവുമുണ്ട്. ഇതോടൊപ്പം ഞാൻ ഒന്നുകൂടി കൂട്ടിച്ചേർക്കട്ടെ. ലോകത്തിലെങ്ങുമുള്ള മറ്റെല്ലാ സംസ്കാരങ്ങളേയുംപോലെതന്നെ നമ്മുടെ സംസ്കാരങ്ങളും, വൈവിദ്ധ്യമാർന്ന ഉത്ഭവസ്ഥാനങ്ങളോടുകൂടിയവയാണെന്നും എത്രയോ നൂറ്റാണ്ടുകളായി അവ ഉരുത്തിരിഞ്ഞുവരികയായിരുന്നുവെന്നും ആ പ്രക്രിയ അങ്ങനെതന്നെ തുടർന്നുകൊണ്ടിരിക്കുമെന്നും അംഗീകരിക്കാനുള്ള ആത്മവിശ്വാസം നമുക്കില്ല എന്നും അത് സൂചിപ്പിക്കുന്നുണ്ട്. ചരിത്രത്തിന്റെ ഓരോ കാലഘട്ടത്തിലും പ്രത്യേക സംസ്കാരങ്ങൾ ഉരുത്തിരിഞ്ഞു വരുന്നതായി കാണാം. ഓരോ കാലഘട്ടത്തിലും പ്രാധാന്യമുള്ള

ഒന്നിലധികം സംസ്കാരങ്ങൾ ഉണ്ടായിരുന്നതായും കാണാം. അതിനാൽ അവയുടെ പരിണാമത്തിലുള്ള വ്യത്യാസത്തിന്റെ അളവ്, അഥവാ സാമ്യതയുടെ അളവ്, നാം പഠിക്കേണ്ടിയിരിക്കുന്നു. എന്തുകൊണ്ടാണ് അത് അങ്ങനെയായതെന്നും സംസ്കാരങ്ങൾ തമ്മിൽത്തമ്മിലുള്ള പരസ്പര പ്രവർത്തനം എങ്ങനെയാണെന്നുംകൂടി നാം പഠിക്കേണ്ടിയിരിക്കുന്നു. അങ്ങനെ ചെയ്യുമ്പോൾ മാത്രമേ പൊതുവിലുള്ള സവിശേഷതകൾ നമുക്ക് ഉറപ്പുവരുത്താൻ കഴിയൂ. ഓരോ സമയത്ത് ഒന്നിലധികം സംസ്കാരങ്ങൾക്ക് നിലനില്ക്കാൻ കഴിയും എന്ന വസ്തുത, ചരിത്രകാരന്മാരെന്ന നിലയിൽ, നാം അംഗീകരിക്കുകയെങ്കിലും വേണം. ഈ സംസ്കാരങ്ങൾ തമ്മിൽത്തമ്മിൽ ആശയവിനിമയം നടന്നിരുന്നുവോ, അവയുടെ ഇടപെടൽ എങ്ങനെയായിരുന്നു എന്ന് നാം ചോദിക്കണം എന്നാണ് അതിനർത്ഥം. ഇന്ന് നമുക്ക് താല്പര്യമുള്ള ചോദ്യങ്ങളാണ് ഇവ. എന്നാൽ നിരവധി സംസ്കാരങ്ങളുള്ള ഒരു സമൂഹമാണ് നമ്മുടേത് എന്ന കാര്യം കണക്കിലെടുക്കുമ്പോൾ, ഒരൊറ്റ മേധാവിത്വ സംസ്കാരത്തെ അടിസ്ഥാനപ്പെടുത്തിയുള്ള ദേശീയത ഉണ്ടാവണം എന്ന് ആഗ്രഹിക്കുന്നവർ, തങ്ങളുടെ സംസ്കാരത്തെ രാജ്യത്തിന്റെ എക്കാലത്തേയും രാഷ്ട്രീയ സ്വത്വമായി പരിഗണിക്കുന്നവർ ഉണ്ടെന്ന് വരുമ്പോഴാണ് നാം കുഴപ്പത്തിൽ ചെന്നുപെടുന്നത്.

സാംസ്കാരിക ദേശീയത എന്നതിന് ദേശവല്കൃതമായ ഒരു സംസ്കാരം എന്ന അർത്ഥം ഇല്ലേ? മറ്റൊരുവിധത്തിൽ പറഞ്ഞാൽ ഒരുതരത്തിലുള്ള സംസ്കാരം മാത്രമേയുള്ളു, എല്ലാം ഏകാത്മകവല്ക്കരിക്കപ്പെട്ടതാണ് എന്ന അവകാശവാദം?

സാംസ്കാരിക ദേശീയത എന്ന ആശയം, കോളനി ഭരണത്തിനു മുമ്പുള്ള കാലങ്ങളിൽ നിലനിന്നിരിക്കാവുന്നതും സംസ്കാരത്തെ സംബന്ധിച്ചതുമായ വ്യാഖ്യാനങ്ങളിലെന്നതിനേക്കാൾ, കോളനി ഭരണകാലങ്ങളിലെ വ്യാഖ്യാനങ്ങളിലാണ് വേരുറപ്പിച്ചിരിക്കാവുന്നത്. മൗര്യന്മാർ തങ്ങളുടെ സംസ്കാരമായി സ്വീകരിച്ചത് ഏതാണ്? ഗുപ്തന്മാരുടെയും ചോളന്മാരുടെയും മുഗളന്മാരുടെയും കാലങ്ങളിലെ സംസ്കാരത്തെ സംബന്ധിച്ച സങ്കല്പനങ്ങൾ എത്രത്തോളം വ്യത്യസ്തങ്ങളായിരുന്നു. നാം ചിന്തിക്കാറില്ലാത്ത കാര്യങ്ങളാണ് ഇവ. കാരണം അവ വീണ്ടും ഇഴപിരിച്ചെടുക്കുന്നത് എളുപ്പമല്ല. എന്നാൽ മുൻ കോളനിരാജ്യങ്ങൾ പരിഗണിക്കേണ്ട ഒരു കാര്യമാണിത്. അതായത് പരമ്പരാഗത സംസ്കാരം എന്ന നിലയ്ക്ക് തങ്ങൾ സ്വീകരിച്ചിരിക്കുന്നത്, ഫലത്തിൽ എത്രമാത്രം കൊളോണിയൽ ആശയങ്ങളിൽനിന്ന് സ്വീകരിച്ചതാണ് എന്ന ചോദ്യം. ഇത് ഇന്തോനേഷ്യക്കെന്നപോലെതന്നെ ഇന്ത്യക്കും ബാധകമാണ്; പെറു, മെക്സിക്കോ തുടങ്ങിയ രാജ്യങ്ങളിൽ ഇത്, അതിനേക്കാളൊക്കെ ശ്രദ്ധേയമാണ്. കാരണം ഈ രാജ്യങ്ങളിലെ പഴയ രേഖകളിൽ മിക്കവയും സ്പാനിഷ് ഭരണം നശിപ്പിച്ചുകഴിഞ്ഞിരിക്കുന്നുവല്ലോ.

ചരിത്രത്തിൽനിന്ന് നമുക്ക് അറിയാവുന്നതുപോലെതന്നെ പരമ്പരാഗതമായ ആചാരങ്ങൾ തലമുറകളിലൂടെ സൃഷ്ടിച്ചെടുക്കപ്പെട്ടവയാണ്; അഥവാ ചില പ്രത്യേക സന്ദർഭങ്ങളിൽ സൃഷ്ടിക്കപ്പെട്ടവയാണ്. അതിനാൽ ഇന്നത്തെ ഒരു സമകാലീന പാരമ്പര്യം കലർപ്പില്ലാത്ത മൂലരൂപത്തിലുള്ളതാണെന്നും സഹസ്രാബ്ദങ്ങളോളം പഴക്കമുള്ളവയാണെന്നും നിർബ്ബന്ധം പിടിക്കുവാൻ വിഷമംതന്നെയാണ്. ഏറെ പഴക്കമുള്ള പാരമ്പര്യങ്ങൾപോലും ഇടക്കാലങ്ങളിൽ ഇടപെടലിന് വിധേയമായിത്തീർന്നിട്ടുണ്ട്. കേരളത്തിൽ ''അഗ്നിചയനം'' എന്ന ദീർഘമായ വൈദികചടങ്ങിൽ (പ്രത്യേകിച്ചും നമ്പൂതിരി ബ്രാഹ്മണന്മാർ അനുഷ്ഠിച്ചിരുന്നത്) സന്നിഹിതയായ കാര്യം (1975 ലാണത്) ഞാൻ ഓർക്കുന്നു. വ്യവസ്ഥാപിതമായ വേദപാഠങ്ങളിൽനിന്നുള്ള സ്തോത്രങ്ങൾ അവർ ഉരുവിടുകയായിരുന്നു. അതിൽ പറഞ്ഞ കാര്യങ്ങളോരോന്നും എല്ലാവർക്കും സ്വീകാര്യമാണ് എന്ന് കേൾക്കുന്ന ഒരാൾക്ക് തോന്നാം. എന്നാൽ ഇന്ത്യയിലും പുറത്തുമുള്ള വിവിധ വേദപഠന കേന്ദ്രങ്ങളിൽനിന്ന് എത്തിച്ചേർന്ന അവിടെ സന്നിഹിതരായിരുന്ന വേദപണ്ഡിതന്മാർ തമ്മിൽ, ഈ ചടങ്ങിനിടയിലും പിന്നീടുമായി രണ്ടാഴ്ചക്കാലം വീറോടെയുള്ള ചർച്ചകൾ നടന്നു-അനുഷ്ഠാനങ്ങൾ എത്രമാത്രം ആധികാരികമാണ് എന്നതു സംബന്ധിച്ചും വേദപാഠങ്ങളുടെ ഉച്ചാരണം എത്രമാത്രം ശരിയാണ് എന്നതു സംബന്ധിച്ചും ആയിരുന്നു ചർച്ചകൾ.

പദങ്ങളുടെ ചരിത്രത്തിനും ഇത് ബാധകമാണ്. സംസ്കൃതം, പാലി, പ്രാകൃതം എന്നീ ഭാഷകളിലുള്ള ഗ്രന്ഥങ്ങളിലെ ''ആര്യൻ'' എന്ന പദത്തിന്റെ സൂചന എന്താണെന്ന് അന്വേഷിച്ചു നോക്കുകയാണെങ്കിൽ, "ആര്യൻ" എന്ന പദത്തിന്റെ അർത്ഥവും സ്വഭാവവും ചരിത്ര കാലഘട്ടങ്ങളിൽ മാറ്റത്തിന് വിധേയമാകുന്നത് എങ്ങനെയാണെന്ന് നിരീക്ഷിക്കുകയാണെങ്കിൽ, നമുക്ക് ലഭിക്കുന്ന വിവരങ്ങളും ആ സങ്കല്പനത്തിന് പത്തൊൻപതാം നൂറ്റാണ്ടിൽ നല്കപ്പെട്ട വ്യാഖ്യാനവും തമ്മിൽ പൂർണ്ണമായും ഒത്തുപോകുന്നില്ല എന്ന് കാണാം. ''ആര്യൻ'' എന്ന് സംബോധന ചെയ്യുന്നത് ആരാണ്, ആരെയാണ്, എന്തുകൊണ്ടാണ് എന്നൊക്കെ അന്വേഷിക്കേണ്ടി വരും. ആ പദം എങ്ങനെയാണ് ഉപയോഗിക്കപ്പെട്ടിരുന്നത്? പാലി ഗ്രന്ഥങ്ങളിൽ ചില സാമൂഹ്യ വിഭാഗങ്ങളിൽപെട്ടവരെ അവരുടെ ഉന്നത പദവി കണക്കിലെടുത്ത്, ''ആര്യന്മാർ'' എന്ന് അഭിസംബോധന ചെയ്തിരുന്ന-ഉദാഹരണത്തിന് ബുദ്ധസന്ന്യാസിമാരെപ്പോലെയുള്ളവർ അവരുടെ വംശീയ ഉല്പത്തി, ജാതി അല്ലെങ്കിൽ പൂർവ്വാശ്രമത്തിലെ തൊഴിൽ തുടങ്ങിയവയൊന്നും കണക്കിലെടുക്കാതെയാണ് അവരെ ''ആര്യന്മാർ'' എന്ന് അഭിസംബോധന ചെയ്തിരുന്നത്. എന്നിരുന്നാലും, *വിഷ്ണുപുരാണ*ത്തിൽ അതേ ആളുകളെത്തന്നെ വഞ്ചകരെന്നുപറഞ്ഞ് അധിക്ഷേപിക്കുകയും നാസ്തികർ അഥവാ അവിശ്വാസികൾ എന്നുപറഞ്ഞ് തള്ളിക്കളയുകയും ചെയ്യുന്നുമുണ്ട്. ഇന്നത്തെ പൊതുവിലുള്ള സങ്കല്പനങ്ങൾ കൊളോണിയൽ ആശയങ്ങളിൽത്തന്നെ

യാണ് അടിയുറപ്പിച്ചു നില്ക്കുന്നത്. അത് ഇപ്പോഴും തുടരുകയുമാണ്. പുരാതനമായ നടപടി എന്ന നിലയിലാണ് ഇത് പലപ്പോഴും കരുതപ്പെടുന്നത്.

തദ്ദേശീയമായ ആര്യത്വത്തോടുള്ള (ആര്യനിസം) താല്പര്യം, ഭാഗികമായിപ്പറഞ്ഞാൽ മതപരമായ ദേശീയതയുടെ ഒരു ഉപോല്പന്നം തന്നെയാണ്-ഹിന്ദു സംസ്കാരത്തിന്റെ അടിത്തറയ്ക്കു വേണ്ടിയുള്ള അന്വേഷണം. ഒരൊറ്റ സംസ്കാരം എന്ന ബാധ കൂടിയത് ആദ്യകാലങ്ങളിലൊന്നുമല്ല. ഗുപ്ത കാലഘട്ടത്തിനുശേഷമുള്ള ശിലാലിഖിതങ്ങളിൽ, അവയുടെ "പ്രശസ്തി" വിഭാഗങ്ങളിൽ, വംശാവലിയെയും ചരിത്രത്തെയുംകുറിച്ചുള്ള അവകാശവാദങ്ങൾ കാണാം-രാജവംശത്തെ സ്തുതിച്ചുകൊണ്ടുള്ള ശിലാലിഖിതങ്ങൾ. അവരുടെ മുൻഗാമികളുടെയും അവരുടെ സമൂഹങ്ങളുടെയും ചരിത്രങ്ങൾ വിഭിന്നങ്ങളാണ്; അവയ്ക്ക് ന്യായയുക്തമായ, വ്യത്യസ്തങ്ങളായ സ്രോതസ്സുകളുമുണ്ട്. മതപരമായ ദേശീയത, സാംസ്കാരിക നാനാത്വത്തിൽനിന്ന് അകന്നകന്നു പോകുന്നു. അത് മതപരമായ ഒരു സംസ്കാരത്തെ മാത്രം പെറുക്കിയെടുക്കുന്നു; എന്നിട്ടതിനെ കേന്ദ്ര 'ദേശീയ' സംസ്കാരമായി ഉയർത്തിക്കാണിക്കുന്നു. ലോകത്തിലെങ്ങും ദേശീയതകളുടെ ലക്ഷണമൊത്ത സ്വഭാവസവിശേഷതയാണ് കോളനിവിരുദ്ധമോ മതപരമോ ഭാഷാപരമോ അഥവാ വംശീയമോ ആയ ഏത് ദേശീയതയായിരുന്നാലും ശരി, അത് ആ വിധത്തിൽ ത്തന്നെയാണ്. ദേശീയപ്രസ്ഥാനങ്ങൾ ഏതെങ്കിലും ഒരു സംസ്കാരത്തിന്റെ അധീശത്വം അംഗീകരിക്കാൻ ശ്രമിക്കുന്നു-ആ സംസ്കാരം പിന്നീട് "ദേശീയ" സംസ്കാരമായിത്തീരുന്നു.

മതം, സംസ്കാരം, ഭാഷ എന്നിങ്ങനെയുള്ളവയുടെയെല്ലാം കുത്തകാവകാശത്തിന് മതപരമായ ദേശീയത ഊന്നൽ നല്കുന്നുണ്ട്. രാഷ്ട്രീയ പിന്തുണ ആർജ്ജിക്കുന്നതിന് സഹായകമായിത്തീരുന്നതിനുവേണ്ടിയാണ്, പലപ്പോഴും, ഇത്, ബോധപൂർവ്വം നിർമ്മിച്ചെടുക്കുന്നത്. ഇവിടെ അതിനുള്ള ഉദാഹരണം ഹിന്ദുത്വംതന്നെ. നിരവധി പണ്ഡിതന്മാർ പലപ്പോഴും പ്രസ്താവിച്ചിട്ടുള്ളതുപോലെ, ഹിന്ദുമതവും ഹിന്ദുത്വവും ഒന്നല്ല. ഹിന്ദുമതം എന്നത് ഒരു മതമാണ്; എന്നാൽ ഹിന്ദുത്വം എന്നത് ഒരു രാഷ്ട്രീയ പ്രത്യയശാസ്ത്രമാണ്. ഹിന്ദുമതത്തിന്റെ (ഹിന്ദുയിസം) ചില വശങ്ങളിൽനിന്ന് ഉരുത്തിരിഞ്ഞുവന്ന ഒരു ആധുനിക പ്രത്യയശാസ്ത്രമാണ് ഹിന്ദുത്വം; എന്നാൽ വ്യക്തമായ വിധത്തിൽത്തന്നെ വ്യത്യസ്തവുമാണത്. ഇരുപതാം നൂറ്റാണ്ടിലാണ് ഈ സങ്കല്പനം നിലവിൽ വന്നത്; ഹിന്ദുക്കളെ ഒരു ഹിന്ദു രാഷ്ട്രത്തിലേക്ക് രാഷ്ട്രീയമായി അണിനിരത്തുക എന്നതാണ് അതിന്റെ ഉദ്ദേശ്യം. മതത്തെ അടിസ്ഥാനപ്പെടുത്തിക്കൊണ്ടുള്ള ഒരു പ്രത്യയശാസ്ത്രം സൃഷ്ടിക്കുന്നതിന് മതത്തിന്റെ അടിസ്ഥാനതത്ത്വങ്ങൾ പുനഃസൃഷ്ടിക്കാവുന്നതാണ്-അങ്ങനെ ചെയ്യേണ്ടത് ആവശ്യമാണ് എന്നുണ്ടെങ്കിൽ ആ മതത്തിന്റെ അനുയായികളുടെ വരേണ്യ -യാഥാസ്ഥിതിക നിലപാടുകളിൽനിന്നുകൊണ്ടാണ് പലപ്പോഴും അത്തര

മൊരു പുനഃസൃഷ്ടി നടത്തുന്നത്. വ്യക്തമായി നിർണ്ണയിക്കപ്പെട്ട ഒരു ഭൂവിഭാഗത്തെക്കുറിച്ചാണ്, ഒരൊറ്റ സംസ്കാരത്തെയും വംശീയ ഉല്പത്തിയെയുംകുറിച്ചാണ്; ഒരൊറ്റ മതത്തെയും ഭാഷയെയുംകുറിച്ചാണ് ഹിന്ദുത്വം സംസാരിക്കുന്നത്. ഹിന്ദുക്കൾക്ക് ഒരേ ''പിതൃഭൂമി''യും "പുണ്യഭൂമി''യും മുൻഗാമികളും മതവും ഉണ്ടായിരിക്കണം. മറ്റെല്ലാവരും വിദേശികളാണ്. സെമിറ്റിക് മതങ്ങളുടെ ശൈലിയിലാണ് മതപരമായ വശം പുനരാവിഷ്കരിക്കപ്പെട്ടിട്ടുള്ളത്-അതിന്റെ കേന്ദ്രസ്ഥാനത്ത് ചരിത്ര യാഥാർത്ഥ്യങ്ങളും ഏകശിലാ മാതൃകയിലുള്ള മതവും ഒരൊറ്റ വിശുദ്ധ ഗ്രന്ഥവും പൗരോഹിത്യ സംഘടനകൾക്കുവേണ്ടിയുള്ള ശ്രമവും എല്ലാം കാണാം-അവയെല്ലാംതന്നെ, സാമൂഹ്യമായും രാഷ്ട്രീയമായും ജനങ്ങളെ അണിനിരത്തുന്നത് എളുപ്പമാക്കിത്തീർക്കുന്നവയാണ്. അതുകൊണ്ടാണ് ഞാനതിനെ 'സിൻഡിക്കേറ്റഡ് ഹിന്ദുയിസം,' എന്നു വിളിച്ചത്.

അതെ.

ഭൂതകാലത്തെ ആശ്രയിച്ചുനില്ക്കുന്ന ദേശീയസംസ്കാരങ്ങൾ, ജനങ്ങളിൽ ഒരു വലിയ വിഭാഗത്തിന് പരിചിതമായ ഇതിഹാസങ്ങളെയും കൂട്ടുപിടിക്കുന്നു. ഇതിഹാസങ്ങൾക്ക് പലതരത്തിലുള്ള പാഠഭേദങ്ങൾ ഉണ്ടാകുമ്പോൾ, ഒരു പ്രശ്നം ഉയർന്നുവരുന്നു. 'ശരിയായ' പാഠമായി അതിൽ ഒന്നിനെ തെരഞ്ഞെടുക്കേണ്ടിവരുന്നു. ഇന്ത്യയിലെ രാമായണത്തിന്റെ കാര്യത്തിൽ നാം നേരിടുന്ന പ്രശ്നമിതാണ്. പല നൂറ്റാണ്ടുകളിലൂടെയായി രചിക്കപ്പെട്ടതും വൈവിദ്ധ്യമാർന്നതും ചിലപ്പോൾ ഏറക്കുറെ പരസ്പരവിരുദ്ധവുമായ പാഠഭേദങ്ങൾ ഉള്ളതുകൊണ്ടാണിത്. അവയിൽ ഒന്നിനെ 'ശരിയായ' പാഠമായി മത ദേശീയതയ്ക്ക് ഉയർത്തിക്കാണിക്കേണ്ടി വരും. എന്നാൽ ചരിത്രകാരന്മാർ അസ്വീകാര്യമായി കാണുന്ന ഒരു പരിശ്രമമാണത്. തെക്കുകിഴക്കൻ ഏഷ്യയിൽ രാമായണത്തിന്റെ നിരവധി പാഠഭേദങ്ങൾ ഉണ്ടെന്നും അവിടങ്ങളിലും അവ സാംസ്കാരിക സ്വത്വത്തിന്റെ അവിഭാജ്യഭാഗമാണെന്നും എന്നാൽ അവയിൽ പല പാഠഭേദങ്ങളും വാത്മീകിരാമായണത്തിൽനിന്ന് ഏറെ വ്യത്യസ്തമാണെന്നും നാം മറക്കരുത്. ഒരു പാഠം വിശുദ്ധമായിത്തീരുമ്പോൾ, തുടക്കത്തിൽ അത് ഒരു മേഖലയിലെ ഒരു സമുദായത്തിനുവേണ്ടി നിർബ്ബന്ധിക്കപ്പെടുന്നു. എന്നാൽ വിവിധ കാരണങ്ങളാൽ അത് മറ്റുള്ളവർക്കും സ്വീകാര്യമായിത്തീരുമ്പോൾ, അവരുടെ ആവശ്യങ്ങൾക്കനുസരിച്ച് ആ പാഠമോ അതിലെ ചില ഭാഗങ്ങളോ അവർ പുനഃസംഘടിപ്പിക്കുന്നു. ഒരു പ്രത്യേക പാഠഭേദത്തിന്റെ പരിശുദ്ധിയിൽ ചില ആളുകൾക്ക് വിശ്വാസമർപ്പിക്കാനാവും എന്ന കാര്യത്തിൽ സംശയമൊന്നുമില്ല. എന്നാൽ അതുകൊണ്ട് മറ്റ് പാഠഭേദങ്ങൾ പഠിക്കുന്നതിന് വിലക്കുണ്ടാകരുത്.

വളരെ ശരിയാണ്.

ചിലപ്പോൾ ഒരു പ്രത്യേക ചരിത്രകാലഘട്ടത്തെ തെരഞ്ഞെടുത്ത് അതിനെ 'ക്ലാസിക്കൽ' എന്ന് വിശേഷിപ്പിക്കുന്നു; അല്ലെങ്കിൽ അതിശയോക്തിപരമായി പരമമായതെന്നും ഒരൊറ്റ മേധാവിത്വ സംസ്കാരത്തോ

ടുകൂടിയതെന്നും അത് വിശേഷിപ്പിക്കപ്പെടുന്നു. ദേശീയപ്രസ്ഥാനത്തിന്റെ അകക്കാമ്പിന്റെ ആശയമായി ഇത് മാറിത്തീരുന്നു. എന്നാൽ പിന്നീട് ദേശരാഷ്ട്രം നിലവിൽ വരുമ്പോൾ, ഒരൊറ്റ സംസ്കാരം എന്നത് പലപ്പോഴും അധീശത്വം വഹിക്കുന്ന ഭൂരിപക്ഷ സമൂഹത്തിന്റെ സംസ്കാരമാകുമെന്നതിനാൽ പ്രശ്നങ്ങൾ ഉണ്ടായി വരുന്നു. മുമ്പത്തേതുപോലെയുള്ള അതേ അളവിൽ ഇനി അതിന്റെ ആവശ്യമില്ലെന്നുവരുന്നു. രാഷ്ട്രം മതനിരപേക്ഷ ജനാധിപത്യ രാഷ്ട്രമാണ്; അല്ലെങ്കിൽ നമ്മുടേതുപോലെ അങ്ങനെ ആയിത്തീരാൻ ശ്രമിച്ചുകൊണ്ടിരിക്കുന്ന രാഷ്ട്രമാണ്. മറ്റ് പല സംസ്കാരങ്ങളും തുല്യമായ പദവി ആവശ്യപ്പെടും. അധീശത്വ സംസ്കാരത്തിന് പിന്തുണ നല്കിക്കൊണ്ടിരിക്കുന്ന വിഭാഗം, അധീശത്വ സംസ്കാരംതന്നെയായി തുടരണമെന്ന് ആഗ്രഹിക്കും; എന്നാൽ വേണ്ടത്ര പ്രാതിനിദ്ധ്യം ലഭിക്കണമെന്ന് ആഗ്രഹിക്കുന്ന സംസ്കാരങ്ങളും ഉണ്ടാകും. ദേശീയ സംസ്കാരത്തെപ്പറ്റി പറയുമ്പോൾ, അത് എല്ലാ സംസ്കാരങ്ങളേയും ഉൾക്കൊള്ളുന്നതായിരിക്കണം. അതിനാൽ ഇന്ത്യയിലെ പരിതഃസ്ഥിതിയിൽ വിവിധ സംസ്കാരങ്ങൾ അതിൽ ഉൾക്കൊള്ളണം; അവയ്ക്കെല്ലാം അർഹമായ പദവി നല്കുകയും വേണം-ദേശീയതയുടെ പ്രാരംഭഘട്ടങ്ങളിൽ വേണ്ടത്ര പദവി നല്കപ്പെട്ടിട്ടില്ലാത്ത ആദിവാസികൾ, ദളിതർ, ഇടത്തരം ജാതിക്കാർ, മുസ്ലീങ്ങൾ, ക്രിസ്ത്യാനികൾ, ജൈനന്മാർ, പാർസികൾ തുടങ്ങിയവർക്കെല്ലാം ദേശീയ സംസ്കാരം ഉണ്ടാക്കുമ്പോൾ നാനാത്വവും ബഹുത്വവും സമ്മതിച്ചുകൊടുക്കണം; എല്ലാവരും പങ്കുകൊള്ളുന്ന ചരിത്രം ഉണ്ടായിരിക്കണം.

അധികാരമുള്ളവർ, അഥവാ ഏതെങ്കിലും വിധത്തിലുള്ള അധികാരം നേടണമെന്ന് ആഗ്രഹിക്കുന്നവർ, ഉന്നയിക്കുന്ന ഒരു പ്രത്യേക അടയാളത്തിലുള്ള ഒരൊറ്റ സംസ്കാരം അംഗീകരിക്കുന്നതിനുള്ള പ്രവണത പല സന്ദർഭങ്ങളിലും കാണാവുന്നതാണ്. ഇവിടെ അധികാരം എന്നതിനർത്ഥം രാഷ്ട്രീയാധികാരം എന്നുതന്നെയാണ്. ഏതെങ്കിലും വിധത്തിലുള്ള സാംസ്കാരിക സന്ദേശമോ ആശയപ്രകടനമോ എന്നൊന്നുമല്ല. രാഷ്ട്രീയ അഭിലാഷങ്ങളോടുകൂടിയ തനി രാഷ്ട്രീയാധികാരം തന്നെയാണത്. വളരെയേറെ ശക്തവും അധീശസ്ഥാനങ്ങളിൽ സ്വയം പ്രതിഷ്ഠിക്കുന്നതിന് കഴിവു നേടിയിട്ടുള്ളതുമായ സമൂഹത്തിലെ ഒരു പ്രത്യേക വിഭാഗത്തിന്റെ മാത്രം വീക്ഷണമാണ്, അഥവാ നിലപാടാണ് ഇത്. അവരുടെ സ്വയം പ്രഖ്യാപിതമായ അവകാശവാദമാണത്. ചരിത്രത്തിന്റെ പഠനത്തിന് അത് ഹാനികരമാണ്.

അതെ. ബഹുസ്വരതയെക്കുറിച്ചുള്ള അന്വേഷണം ഉന്നതരായ പണ്ഡിതന്മാരുടെ തലത്തിൽ മാത്രമാക്കി ഒതുക്കി നിർത്തുന്നതിനാൽ അത് ചരിത്രപഠനത്തിന് ഹാനികരമായിത്തീരുന്നു. (ഞങ്ങളുടെ കാലത്തിലൊഴിച്ച്). ഇന്ന് നിലനില്ക്കുന്ന എല്ലാ സമുദായങ്ങളെയും ചരിത്രത്തിന്റെ ഓരോ കാലഘട്ടത്തിലും ആരാഞ്ഞ് കണ്ടുപിടിക്കണമെന്നും അവയ്ക്കെല്ലാം തുല്യമായ പദവി നല്കണമെന്നുമല്ല ഈ പറഞ്ഞതി

നർത്ഥം. മറ്റെല്ലാ സമുദായങ്ങളെയും അവഗണിച്ചുകൊണ്ട് ഒരു സമുദായത്തിൽ മാത്രം ചരിത്രകാരന്മാർ ശ്രദ്ധ കേന്ദ്രീകരിക്കരുത് എന്നാണ് ഇതിനർത്ഥം-ആ ഒരൊറ്റ സമുദായത്തിന്റെ ചരിത്രം എഴുതുകയല്ല ഉദ്ദേശ്യമെങ്കിൽ ഈ ബഹുസ്വരതയ്ക്കുള്ളിൽത്തന്നെ, പരസ്പരം ബന്ധിപ്പിക്കുന്ന പല ഘടകങ്ങൾ എല്ലാ കാലത്തും ഉണ്ടായിരുന്നിട്ടുണ്ട് എന്ന കാര്യത്തിൽ സംശയമില്ല. പത്തൊമ്പതാം നൂറ്റാണ്ടിലെ സാമൂഹ്യപരിഷ്കരണ പ്രസ്ഥാനങ്ങളിൽ നമുക്ക് ഇത് കാണാവുന്നതാണ്. അവയ്ക്ക് നേതൃത്വംകൊടുത്തവർ സമാനമായ സാമൂഹ്യ പശ്ചാത്തലങ്ങളിൽനിന്ന് വന്നവരാണ്; ഹിന്ദുമതത്തിന്റെ സ്വഭാവത്തിൽ അവർ കൊണ്ടുവന്ന മാറ്റങ്ങളാകട്ടെ, വ്യത്യസ്ത പ്രദേശങ്ങളിലാണെങ്കിലും അവ ഏറെയൊന്നും വ്യത്യസ്തങ്ങളായിരുന്നില്ലതാനും. എന്നാൽ അതിനവർ തെരഞ്ഞെടുത്തരീതികളും രൂപങ്ങളും പ്രാദേശിക സംസ്കാരങ്ങളോട് ബന്ധപ്പെട്ടവയായിരുന്നു. ചരിത്രത്തിന്റെ ചിത്രത്തിൽ ഇത് കൊണ്ടുവരേണ്ടതുണ്ട്.

പത്തൊമ്പതാം നൂറ്റാണ്ടിലെ സാമൂഹ്യപരിഷ്കരണ പ്രസ്ഥാനങ്ങൾ ഇന്ത്യൻ മതങ്ങളുടെ രൂപഭാവങ്ങളിൽ കുറച്ചൊക്കെ മാറ്റം വരുത്തുകയുണ്ടായി. ഇത്തരം മാറ്റങ്ങളെയും അവയ്ക്ക് പിന്തുണ നല്കിയ സാമൂഹ്യ വിഭാഗങ്ങളെയും (ഈ മാറ്റത്തിന്റെ ഫലമായി ഈ സാമൂഹ്യ വിഭാഗങ്ങളും മാറ്റത്തിന് വിധേയമായിരുന്നു) കണ്ടെത്തുന്നതിന് ഇരുപതാം നൂറ്റാണ്ടിൽ പണ്ഡിതന്മാർ ശ്രമം ആരംഭിച്ചപ്പോൾ, അവരുടെ ശ്രദ്ധ സ്വാഭാവികമായും തിരിഞ്ഞത് ഉയർന്ന ജാതിക്കാരുടെ നേരെയാണ്-കാരണം മേല്പറഞ്ഞ സാമൂഹ്യപരിഷ്കരണപ്രസ്ഥാനങ്ങൾ വലിയതോതിൽ സ്വാധീനിച്ചത് ഉയർന്ന ജാതിക്കാരെയായിരുന്നു. മറ്റ് ജാതിക്കാരെക്കുറിച്ചും അവർ പരാമർശിക്കുന്നുണ്ട്. എന്നാൽ യഥാർത്ഥ ഊന്നൽ ഉയർന്ന ജാതിക്കാരുടെ തലത്തിനാണ്. പരിഷ്കരണപ്രസ്ഥാനങ്ങളുടെ ആദ്യ കാലഘട്ടങ്ങളുടെ നേതൃത്വം ഒരർത്ഥത്തിൽ, ഏറ്റെടുത്ത സാമൂഹ്യവിഭാഗമായിരുന്നു അത്. ദേശീയതയെക്കുറിച്ച് അവർ ബോധവാന്മാരായിരുന്നു. കോളനിഭരണകർത്താക്കൾ നാടുവിട്ടപ്പോൾ ഭരണം ഏറ്റെടുക്കാൻ തക്കവിധത്തിൽ പില്ക്കാലത്ത് ശിക്ഷണം ലഭിച്ചവരുമായിരുന്നു അവർ. സാമൂഹ്യതലത്തിൽ ഇവരേക്കാൾ താഴ്ന്ന ചില വിഭാഗങ്ങളുടെ ദേശീയവാദ ആഭിമുഖ്യങ്ങളെക്കുറിച്ച് ചില ചരിത്രകാരന്മാർ ഗവേഷണം ആരംഭിച്ചുകഴിഞ്ഞിട്ടുമുണ്ടായിരുന്നു. അത് ആരംഭിച്ചത് കീഴാളവർഗ്ഗ പഠനങ്ങളോടുകൂടിയാണ്. ഇത് വളരെയേറെ പൊതുജനശ്രദ്ധ പിടിച്ചുപറ്റുകയുണ്ടായി. എന്നാൽ ആദിവാസികളെയും ദളിതരെയുംപോലെ സാമൂഹ്യതലത്തിൽ ഏറെ താഴ്ന്നതലത്തിൽ നില്ക്കുന്ന വളരെയേറെപ്പേരും വിവിധ മാർഗ്ഗങ്ങളിലൂടെ ദേശീയപ്രസ്ഥാനത്തിൽ പങ്കാളികളായിട്ടുണ്ടായിരുന്നുവെന്നും അധികം താമസിയാതെ അംഗീകരിക്കപ്പെടുകയുണ്ടായി.

ദേശീയതയെ മത ദേശീയതയിലേക്കും അതിന്റെ അനന്തരഫലമായ ഇന്നത്തെ സ്വത്വരാഷ്ട്രീയത്തിലേക്കും വഴിതിരിച്ചുവിട്ടത് ഏത് വിഭാഗങ്ങളാണ് എന്നു തുടങ്ങിയുള്ള മറ്റ് ചോദ്യങ്ങളും ഉന്നയിക്കപ്പെട്ടുതുടങ്ങി.

ദേശീയത മതനിരപേക്ഷമായിരിക്കണം എന്ന് വാദിച്ചുകൊണ്ട് ഇതിനെ എതിർത്തവർ ആരെന്ന ചോദ്യവും ഉയർന്നുവന്നു. അതിനാൽ ദേശീയത എന്നു അവകാശപ്പെട്ടുവന്നതിനുള്ളിൽത്തന്നെയുള്ള, ഒരുതരത്തിലുള്ള നാനാത്വമാണ്, തുടർന്ന് ഉണ്ടാകുന്നത്. 'ദേശീയത' എന്ന പൊതുവിലുള്ള പേരിൽ നാം വിവക്ഷിക്കുന്ന പ്രതിഭാസത്തിന്റെ രൂപീകരണത്തിൽ ഭാഗഭാക്കായ വിവിധ വീക്ഷണങ്ങളെക്കുറിച്ചുള്ള പഠനവും തുടർന്നു നടന്നു. പണ്ഡിത നിലവാരത്തിലാണ് ഇത് ചർച്ചചെയ്യപ്പെട്ടത്.

എന്നാൽ ജനകീയതലത്തിൽ അത് പ്രതിഫലിപ്പിക്കപ്പെടുകയുണ്ടായില്ല. ദേശീയതയെക്കുറിച്ച് വിമർശനാത്മകവും വിശകലനാത്മകവുമായ പഠനങ്ങൾ നടത്തുന്നതിനെ, ദേശാഭിമാന ബോധരാഹിത്യമായി രാഷ്ട്രീയക്കാരും പൊതുജനങ്ങളും കണക്കാക്കിയേക്കാം എന്നതാണ്, അതിനുള്ള ഭാഗികമായ കാരണം. മതദേശീയതയും മതനിരപേക്ഷ ദേശീയതയും തമ്മിൽ വ്യക്തമായി വേർതിരിക്കുകയാണെങ്കിൽ, മതനിരപേക്ഷത എന്നതിന് ഇന്ന് നാം പൊതുവിൽ ഉദ്ദേശിക്കുന്ന അർത്ഥത്തേക്കാൾ കൂടുതൽ വ്യക്തമായ ഒരു നിർവ്വചനം ആവശ്യമായി വരും.

ഈ ഘട്ടത്തിലെത്തുമ്പോൾ ചരിത്ര ഗവേഷണം, മറ്റൊരു സവിശേഷതയാൽ കൂടുതൽ സങ്കീർണ്ണമായിത്തീരുന്നു. ദേശീയതയുടെയും മതമൗലികവാദത്തിന്റെയും അനിവാര്യഘടകമാണ് ചരിത്രമെങ്കിൽ (കറുപ്പിനും ഹെറോയിനും അടിമയായിത്തീരുന്നതിനോടാണ് എറിക് ഹോബ്സ് ബാം ഇതിനെ താരതമ്യപ്പെടുത്തുന്നത്) മതത്തിന്റെ, അഥവാ ഭാഷയുടെ അഥവാ വംശീയതയുടെ ഈ വിഭിന്ന ദേശീയതകൾ വിഭിന്നങ്ങളായ ചരിത്രങ്ങൾക്ക് അവകാശവാദമുന്നയിച്ചു തുടങ്ങും. അധികം താമസിയാതെ സ്വത്വരാഷ്ട്രീയവും അതേ ആവശ്യങ്ങൾ ഉന്നയിച്ചു തുടങ്ങും.

4

മതനിരപേക്ഷതയുടെ നിർവ്വചനം

ആ അർത്ഥത്തിൽ പറഞ്ഞാൽ, കോളനി ഭരണാനന്തരമുള്ള ഇന്ത്യയിലെ മതനിരപേക്ഷതയെ സംബന്ധിച്ച ധാരണ, സംസ്കാര നാനാത്വത്തെയും ബഹുസ്വരതയെയും അംഗീകരിക്കുന്നതിൽ ഒരു പ്രധാന ഘടകമായിത്തീരുന്നു. കാരണം, മറ്റ് വിഭാഗങ്ങളുടെ മത സങ്കുചിത അവകാശവാദങ്ങളെ ഇത് ചുരുക്കിക്കൊണ്ടുവരുന്നു. അതെന്തൊക്കെയായാലും മതനിരപേക്ഷത എന്ന പദം നാം എങ്ങനെയാണ് ഉപയോഗിക്കുന്നത് എന്നതാണ് ഒരു പ്രശ്നം. പൊതുവിൽ പറഞ്ഞാൽ മതനിരപേക്ഷതയെ സംബന്ധിച്ച ഇന്ത്യൻ വീക്ഷണം, മതങ്ങളുടെ സഹവർത്തിത്വത്തെക്കുറിച്ച് മാത്രമേ പറയുന്നുള്ളു. എന്നാൽ അത് അപര്യാപ്തമാണെന്ന് ഞാൻ കരുതുന്നു. നാം പലപ്പോഴും ഉദ്ധരിക്കാറുള്ളത് അശോകന്റെ ശാസനങ്ങളാണ്. അതിൽ അദ്ദേഹം പറയുന്നത്, എല്ലാ മതവിഭാഗങ്ങളും അന്യോന്യം ബഹുമാനിക്കേണ്ടതിന്റെയും പ്രത്യേകിച്ചും ഒരാൾ മറ്റൊരാളുടെ മതവിശ്വാസത്തെ ബഹുമാനിക്കേണ്ടതിന്റെയും ആവശ്യകതയെക്കുറിച്ചാണ്. അതിനാൽ ഇന്ത്യൻ സംസ്കാരം എന്നതും എല്ലാ മതങ്ങളെയും ബഹുമാനിച്ചിരുന്ന, ബഹുമാനിക്കുന്ന, ഒരു സംസ്കാരമാണെന്ന്, ഇക്കാലത്ത് പലപ്പോഴും പറഞ്ഞു കേൾക്കാറുണ്ട്. പക്ഷേ, എല്ലാ മതങ്ങളുടെയും സഹവർത്തിത്വംകൊണ്ട് (മതങ്ങൾക്ക് തുല്യമായ പദവിയുണ്ടായിരിക്കണം എന്ന് നിഷ്കർഷിക്കുന്നില്ലെങ്കിൽ) മതനിരപേക്ഷ സമൂഹം ആകും എന്നുപറയാൻ കഴിയില്ല. ഭൂരിപക്ഷ സമുദായത്തിന്റെ മതവും ന്യൂനപക്ഷ സമുദായങ്ങളുടെ മതങ്ങളും തമ്മിൽ സഹവർത്തിക്കുകയാണെങ്കിൽ (ഇപ്പോൾ നാം നിശ്ചയമായും അതാണ് ചെയ്തുകൊണ്ടിരിക്കുന്നത്) അവ തമ്മിലുള്ള വേർതിരിവുകൾ അവയ്ക്ക് തുല്യപദവിയില്ലാത്ത അവസ്ഥയുണ്ടാക്കും.

മതനിരപേക്ഷത എന്ന സങ്കല്പനംകൊണ്ട് എന്താണ് യഥാർത്ഥത്തിൽ, ഉദ്ദേശിക്കപ്പെടുന്നത് എന്ന കാര്യം ഉറപ്പുവരുത്തുക എന്നതാണ് മറ്റൊരു പ്രശ്നം. പൗരന്മാരുടെ പ്രവർത്തനങ്ങളുടെയും പൗരസ്ഥാപനങ്ങളുടെയുംമേൽ കത്തോലിക്കാ പള്ളിക്കുള്ള അധികാരത്തെയും കത്തോലിക്കാ പള്ളി രാഷ്ട്രീയാധികാരം വ്യാപകമാക്കുന്നതിനെയും ചോദ്യംചെയ്യുന്ന പ്രവണത യൂറോപ്പിലെ മതനിരപേക്ഷത എന്ന സങ്കല്പനത്തിൽ ഉൾച്ചേർന്നു കിടന്നിരുന്നു. പള്ളികൾ ഇത്തരം സ്ഥാപനങ്ങളെ ഭരിക്കരുതെന്നും അവയുടെ ഭരണം ഗവൺമെന്റിന്റെയോ അഥവാ സിവിൽ സമൂഹത്തിന്റെയോ കൈയിലാവുന്നതാണ് അഭികാമ്യം എന്നും അത് നിർദ്ദേശിച്ചു. മതനിരപേക്ഷതയെ സംബന്ധിച്ച നിർവ്വചനത്തിൽ നാം ഈ വശം ഉൾക്കൊള്ളിക്കുന്നില്ല. കാരണം, നമ്മുടെ ഏതെങ്കിലും മതവുമായി ബന്ധപ്പെട്ടുകൊണ്ട് നമ്മുടെ സ്ഥാപനങ്ങളെ നിയന്ത്രിക്കുന്ന ഒരു പള്ളി ഇവിടെ ഉണ്ടായിരുന്നിട്ടില്ല. എന്നാൽ സാമൂഹ്യ സ്ഥാപനങ്ങളുടെമേൽ, അനുഷ്ഠാനങ്ങളും ജാതിയുംവഴി മതത്തിന്റെ നിയന്ത്രണം ഉണ്ടായിരുന്നുതാനും-പ്രത്യേകിച്ചും ഉയർന്ന ജാതിക്കാരുടെ കാര്യത്തിൽ.

''മതനിരപേക്ഷത അതിന്റെ സ്ഥാനത്തിരിക്കട്ടെ'' എന്ന വാദം പല പണ്ഡിതന്മാരും ഉന്നയിക്കാറുണ്ട്. മതത്തെ ഒഴിച്ചുനിർത്തുന്നതിനും നമ്മുടെ സമൂഹത്തെ മതനിരപേക്ഷമാക്കിത്തീർക്കുന്നതിനും പരിമിതികളുണ്ട് എന്നാണ് അവർ അതുകൊണ്ട് അർത്ഥമാക്കുന്നത്. എന്നാൽ അതേ അർത്ഥത്തിൽത്തന്നെ മതത്തെ അതിന്റെ സ്ഥാനത്ത് ഇരുത്തുകയും രാഷ്ട്രീയത്തിലും സമൂഹത്തിലും അതിന്റെ സ്ഥാപനങ്ങളിലും ഒരൊറ്റ അധീശത്വഘടകമായി മതം വരാതെ നോക്കുകയും ചെയ്യുക എന്നതാണ് മതേതരത്വം എന്നതിനർത്ഥം എന്ന് ഞാൻ പറയും. സമൂഹത്തിന്റെ സ്വത്വം, ഒരു തുറന്ന സ്വത്വം ആയിരിക്കുന്നു.

സ്വത്വ ബാഹുല്യത്തെയാണോ താങ്കൾ ഉദ്ദേശിക്കുന്നത്?

"തുറന്ന സ്വത്വങ്ങൾ" എന്ന പദമാണ് ഞാൻ ഉപയോഗിക്കുന്നത്. കാരണം ശരിയായ വിധത്തിലുള്ള ജനാധിപത്യത്തിൽ ഒരു സ്ഥിരം ഭൂരിപക്ഷ സമുദായത്തിന്റെ, അഥവാ ഭൂരിപക്ഷ സ്വത്വത്തിന്റെ അധീശത്വം ഉണ്ടാവുക സാദ്ധ്യമല്ല. ചർച്ചചെയ്യപ്പെടുന്ന ഓരോ പ്രശ്നത്തിനുമനുസരിച്ച് ആരാണ് ഭൂരിപക്ഷം എന്നത് മാറിക്കൊണ്ടിരിക്കും. ഒരു പ്രശ്നത്തിൽ (അത് ഭൂപരിഷ്കരണം ആണെന്നിരിക്കട്ടെ) ഒരു സംഘം ആളുകൾ ഒന്നിച്ചുകൂടുന്നു; ഭൂരിപക്ഷാഭിപ്രായം രൂപീകരിക്കുന്നു. മറ്റൊരു പ്രശ്നത്തിന്റെ കാര്യത്തിൽ (ഉദാഹരണത്തിന് വിദ്യാലയങ്ങളിലെ വിദ്യാഭ്യാസം എന്നിരിക്കട്ടെ) ഇതിൽനിന്ന് വ്യത്യസ്തമായ വിഭാഗങ്ങൾ ഒന്നിച്ചുകൂടി ഭൂരിപക്ഷമായിത്തീരാവുന്നതാണ്. ചില വിഭാഗങ്ങൾ കൂടിക്കലർന്നുവന്നുവെന്ന് വരാം; എന്നാൽ മറ്റ് ആളുകളും അതോടുകൂടി ചേരുവാനുണ്ടാകും. അതിനാൽ ഭൂരിപക്ഷം എന്ന സങ്കല്പനം പൂർവ്വനിശ്ചിതമായ ഒരു സങ്കല്പനമല്ല. അത് ദ്രവാവസ്ഥയിലുള്ളതാണ്; ജനാ

ധിപത്യ വ്യവസ്ഥയിൽ അത് അങ്ങനെതന്നെ ആയിരിക്കുകയും വേണം. ഒരാൾ ജനാധിപത്യത്തെക്കുറിച്ചും മതനിരപേക്ഷതയെക്കുറിച്ചും സംസാരിക്കുമ്പോൾ, വിവിധ സ്വത്വങ്ങൾ സഹവർത്തിക്കുന്നതും എന്നാൽ അവ ദ്രവാവസ്ഥയിലുള്ളതും ബഹുസ്വരതയോടുകൂടിയതും ചർച്ചചെയ്യപ്പെടുന്ന പ്രശ്നത്തിന്റെ സന്ദർഭത്തിന്റെ ആവശ്യം അനുസരിച്ച് അവ ഒന്നിച്ചു വരുന്നതും ആയ ഒരു വ്യവസ്ഥയെക്കുറിച്ചാണ് അയാൾ സംസാരിക്കുന്നത്. ഒരു മതനിരപേക്ഷ സമൂഹത്തിൽ ഈ സ്വത്വങ്ങൾ അധീശത്വം വഹിക്കുന്ന മതസ്വത്വങ്ങളല്ലതാനും.

ഖേദകരമെന്നു പറയട്ടെ, ഈയിടെയായി നാം സ്വത്വത്തെക്കുറിച്ച് സംസാരിച്ചു തുടങ്ങുന്ന നിമിഷംതന്നെ, അത് മതസ്വത്വത്തെക്കുറിച്ചുള്ളതു മാത്രമായിത്തീരുന്നു.

മതസ്വത്വത്തിന്റെയും സാമുദായിക സ്വത്വത്തിന്റെയും സംയോജിതമായ രൂപമാണ് സെൻസസ് രേഖകളിൽനിന്ന് ലഭിക്കുന്നത്. പത്തൊമ്പതാം നൂറ്റാണ്ടിൽ അവ ലയിച്ചുചേർന്നതായി കാണാം. ആ പ്രവണത ഇപ്പോഴും തുടരുന്നതായി തോന്നുന്നു.

ഭൂരിപക്ഷ സമുദായങ്ങളെയും ന്യൂനപക്ഷ സമുദായങ്ങളെയുംകുറിച്ചാണ് നിങ്ങൾ ഇപ്പോഴും സംസാരിക്കുന്നതെങ്കിൽ, നിങ്ങൾക്ക് മതനിരപേക്ഷതയെക്കുറിച്ച് സംസാരിക്കാൻ കഴിയില്ല. അംഗീകരിക്കപ്പെട്ടിട്ടില്ലാത്ത ഒരു വൈരുദ്ധ്യമാണിത്.

നമ്മുടേത് ഒരു മതനിരപേക്ഷ ജനാധിപത്യമാണെന്ന് അവകാശപ്പെടുമ്പോൾ എല്ലാവരേയും ഉൾക്കൊള്ളുന്ന വിധത്തിലുള്ള ശക്തമായ നടപടിയായിരിക്കണം നമ്മുടേത്. എന്നാൽ മതസങ്കുചിതവും മറ്റുള്ളവരെ ഒഴിവാക്കുന്നതുമായ നിലപാടിലേക്കുള്ള നീക്കത്തിന്റെ അപകടകരമായ പ്രവണതയാണ് ഇന്ന് കാണുന്നത്.

എന്നാൽ മതസമുദായം എന്ന സങ്കല്പനം, അതായത് മതത്തിന്റെ പേരിൽ തിരിച്ചറിയപ്പെടുന്ന സമൂഹം എന്ന സങ്കല്പനം, മറ്റു മത സമുദായങ്ങളെ സ്വാഭാവികമായും ഒഴിവാക്കിനിർത്തുന്ന ഒരു സമൂഹം ആയിരിക്കും.

5

മതത്തിന്റെ നിർവ്വചനം

ഇന്ത്യക്കാരായ നാം അതി പ്രാചീനകാലംതൊട്ടുതന്നെ വളരെയേറെ പരിഷ്കൃതരും (സംസ്കാരസമ്പന്നരും) മതസഹിഷ്ണുതയുള്ളവരും ആയിരുന്നുവെന്ന് തെളിവൊന്നുമില്ലാതെതന്നെ നാം തീരുമാനിക്കുകയും ചെയ്തിരിക്കുന്നു. എന്നുതന്നെയല്ല, തൊട്ടുകൂടാത്തവർ എന്നും തീണ്ടിക്കൂടാത്തവർ എന്നും മുദ്രകുത്തിക്കൊണ്ട്, ഇന്ത്യക്കാരിൽ ഒരു വലിയ ജനവിഭാഗത്തെ നാം, അവരുടെ അവകാശങ്ങളിൽനിന്നും അന്തസ്സിൽനിന്നും അകറ്റിനിർത്തുകയും നിലനില്ക്കുന്നതിനാവശ്യമായ അടിസ്ഥാനപരമായ മാനുഷിക സൗകര്യങ്ങൾ അവർക്ക് നിഷേധിക്കുകയും ചെയ്യുന്നു.

മതങ്ങളെ സംബന്ധിച്ച നിർവ്വചനത്തിലും എന്നെ അലട്ടുന്ന പ്രശ്നമാണിത്. ''ഹിന്ദു'' എന്നതിനുള്ള നിർവ്വചനം നല്കുമ്പോൾ, പൊതുവിൽ, സവർണ്ണജാതികളിലെ അംഗങ്ങളെ അടിസ്ഥാനപ്പെടുത്തിക്കൊണ്ടാണ് അങ്ങനെ ചെയ്യുന്നത്. കാരണം, ഈ വിഭാഗങ്ങളുടെ ഗ്രന്ഥങ്ങളാണ് ആ നിർവ്വചനത്തിന് അടിസ്ഥാനമാക്കിയെടുക്കുന്നത്. ഹിന്ദുവായാലുംശരി, മുസ്ലീമായാലും ശരി, സിഖ് ആയാലും ശരി, ക്രിസ്ത്യൻ ആയാലും ശരി, ഇതിലോരോ മതത്തിലെയും വളരെയേറെ ആളുകൾക്ക് അവരുടെ ഗ്രന്ഥങ്ങൾ പരിചിതമല്ല എന്ന കാര്യം പലപ്പോഴും കണക്കിലെടുക്കാറില്ല-അവരൊക്കെ ഔപചാരികമായി, ഈ മതങ്ങളിൽപ്പെട്ടവരായിട്ടാണ് തിരിച്ചറിയപ്പെടുന്നതെങ്കിലും. അവരെ സംബന്ധിച്ചിടത്തോളം മതമെന്നത് വ്യത്യസ്തമായ ഒരു കാര്യമാണ്. യഥാർത്ഥ ജീവിതത്തിൽ അവർ തങ്ങളുടെ സ്വന്തം മതം ഉണ്ടാക്കാൻ ശ്രമിക്കുന്നു; സ്വന്തം അഭീഷ്ടം അനുസരിച്ച് തങ്ങളുടെ വിഗ്രഹങ്ങളെ പൂജിക്കുന്നു. സെൻസസ് കണക്കെടുക്കുമ്പോൾ അവർ ഹിന്ദുവെന്നോ മുസ്ലീമെന്നോ അല്ലെങ്കിൽ മറ്റ് ഏതെങ്കിലുംമതസ്ഥരെന്നോ സ്വയം കണക്കാക്കിയെന്നുവരാം;

എന്നാൽ അവർ തങ്ങളുടെ 'സ്വന്തം' മതത്തോടൊപ്പമാണ് തിരിച്ചറിയപ്പെടുന്നത് എന്ന കാര്യം ഉറപ്പാണ്. ചരിത്രത്തിൽ എല്ലാ കാലത്തും ആ വിശ്വാസവും എന്തെന്ന് തീരുമാനിക്കുന്നതിനായി അവർ അതത് മതഗ്രന്ഥങ്ങളെയും ആചാരങ്ങളെയും എത്രമാത്രം ആശ്രയിക്കുന്നുണ്ട് എന്ന് മതങ്ങളെപ്പറ്റി പഠിക്കുന്ന ചരിത്രകാരന്മാർ വിലയിരുത്തുന്നത് വിലപ്പെട്ട കാര്യംതന്നെയാണ്.

കർക്കശമായരീതിയിൽ നിർബ്ബന്ധിക്കപ്പെട്ടിട്ടുള്ള മതപരമായ ആശയങ്ങൾ പൊതുവിൽ, സമൂഹത്തിലെ ഉന്നതശ്രേണിയിൽ ഉള്ളവരുമായി ബന്ധപ്പെട്ടതാണ്. ഈ അടുത്തകാലത്തു മാത്രമാണ് ദളിത് വിഭാഗങ്ങളുടെ അഭിലാഷങ്ങളോടും സാമൂഹ്യ പരിതഃസ്ഥിതികളോടും നാം കൂടുതൽ ശ്രദ്ധകാണിക്കാൻ തുടങ്ങിയിട്ടുള്ളത്. ഏറ്റവും സഹിഷ്ണുതയുള്ള സമൂഹമാണ് നാം എന്ന് ആണയിട്ടു പറയാനും നാം തുനിയുന്നു; എന്നാൽ നാം അങ്ങനെയൊട്ടല്ലതാനും. ഹിംസാരഹിതമായ സമൂഹവുമല്ല നമ്മുടേത്.

ദേശീയത ആവിർഭവിച്ചതോടെ പരമ്പരാഗത മൂല്യങ്ങളിൽ ഊന്നൽ നല്കിത്തുടങ്ങിയതോടുകൂടിയാണ്, അഹിംസ, സഹിഷ്ണുത എന്നീ രണ്ട് സങ്കല്പനങ്ങളും മുദ്രാവാക്യങ്ങൾ എന്ന നിലയിൽ പ്രചാരംനേടിയത്. ഇവ സർവ്വപ്രധാനമായിത്തീർന്നു; നമ്മെ ഭരിക്കാൻ വന്നവരിൽ നിന്ന് നമ്മെ വേർതിരിച്ചുനിർത്തിയ മൂല്യങ്ങൾ എന്ന നിലയിൽ അവ ഉദ്ധരിക്കപ്പെട്ടു. ഇന്ത്യയുടെ ആത്മീയത സഹിഷ്ണുതയിലും അഹിംസയിലും കൂടിയാണ് സ്വയം പ്രകാശിതമായിരിക്കുന്നത് എന്ന് വാദിക്കപ്പെട്ടു; അതേ അവസരത്തിൽ പാശ്ചാത്യരുടെ ഭൗതികവാദം പ്രകടമായിത്തീരുന്നത്, അവരുടെ സംസ്കാരത്തിൽ ഈ ഗുണങ്ങളുടെ അഭാവംകൊണ്ടാണ് എന്നും വാദിക്കപ്പെട്ടു. പക്ഷേ, ഈ ഉപഭൂഖണ്ഡത്തിനുള്ളിൽ എന്താണ് സംഭവിച്ചുകൊണ്ടിരുന്നത് എന്നറിയാനായി നാം വിവിധ കാലഘട്ടങ്ങളിലെ ഇന്ത്യാ ചരിത്രത്തിലൂടെ കണ്ണോടിക്കുകയാണെങ്കിൽ, ലോകത്തിന്റെ മറ്റു പല ഭാഗങ്ങളിലും കഴിഞ്ഞ കാലങ്ങളിൽ ഉണ്ടായിട്ടുള്ളപോലെയുള്ള അസഹിഷ്ണുതയും അക്രമാസക്തമായ ഏറ്റുമുട്ടലുകളും ഇവിടെയും ഉണ്ടായിരുന്നുവെന്ന് കാണാം. അറബികളും തുർക്കികളും മുഗളന്മാരും വരുന്നതിന് എത്രയോ മുമ്പുതന്നെ ഇതുണ്ടായിരുന്നു. ഇസ്ലാമിനു മുമ്പുള്ള ഇന്ത്യയിലെ സൈന്യത്തിന്റെ വലുപ്പം സൂചിപ്പിക്കുന്നതിനായി ഉദ്ധരിക്കപ്പെട്ടിട്ടുള്ള കണക്കുകൾ, (അവ അതിശയോക്തിപരമാണെങ്കിൽത്തന്നെയും) അയൽരാജ്യങ്ങളിൽനിന്നുള്ള അക്രമാസക്തമായ ഏറ്റുമുട്ടലുകളെ നേരിടുന്നതിനായി അക്കാലത്ത് വലിയ സൈന്യങ്ങൾ ആവശ്യമായിരുന്നുവെന്നാണ് സൂചിപ്പിക്കുന്നത്. യുദ്ധത്തെ മഹത്വവല്ക്കരിക്കുന്ന നിരവധി സാഹിത്യ കൃതികളും ഉണ്ടായിട്ടുണ്ട്.

പഴയകാലത്തെ മതവിഭാഗങ്ങളെക്കുറിച്ച് സംസാരിക്കുമ്പോൾ, അവയെല്ലാംതന്നെ വളരെ ശുദ്ധമായ, ഏകാത്മക സ്വഭാവത്തോടുകൂടിയ വിഭാഗങ്ങളായിരുന്നു എന്നാണ് നാം എല്ലായ്പ്പോഴും കരുതുന്നത്. എന്നാൽ അവ അങ്ങനെ ആയിരുന്നില്ല. അവയിൽത്തന്നെ നിരവധി ഉപവിഭാഗങ്ങളുണ്ടായിരുന്നു. ഞാൻ ഓർക്കുന്നത് ശരിയാണെങ്കിൽ, രാമകൃഷ്ണ പരമഹംസർ പോലും ഹിന്ദുമതത്തെക്കുറിച്ച് പരാമർശിക്കുമ്പോൾ, സമ്പ്രദായങ്ങളെക്കുറിച്ചാണ് സംസാരിച്ചിരുന്നത്. ഈ വിഭാഗീയ ഗ്രൂപ്പുകൾ തമ്മിൽ തർക്കങ്ങളും കലഹങ്ങളും കൂടിക്കലരലും പരസ്പര പ്രവർത്തനങ്ങളും ഉണ്ടായിരുന്നു. എന്നാൽ ഉപ വിഭാഗങ്ങളുടെ ഈ ബഹുലതയുടെ ചിത്രം ജനകീയ സങ്കല്പനങ്ങളിൽനിന്ന് ബലമായി നീക്കംചെയ്യപ്പെട്ടിരിക്കുന്നു. വിവിധ ഉപവിഭാഗങ്ങളുടെ ഈ ബഹുസ്വരതയുടെ ചിത്രം ജനങ്ങളുടെമുന്നിൽ പൊതുവിൽ അവതരിപ്പിക്കുന്നത് എങ്ങനെയാണ്? ഈ വിവരം പ്രചരിപ്പിക്കുന്നതിന്, ചരിത്രത്തിന് സഹായിക്കാൻ കഴിയും.

ചരിത്രത്തിന്റെ പാഠ്യപദ്ധതിക്കുള്ളിൽ മതത്തിന്റെ, ചരിത്രം പഠിപ്പിക്കുകയാണെങ്കിൽ, സമൂഹത്തിൽ മതം എങ്ങനെയാണ് പ്രവർത്തിച്ചുകൊണ്ടിരുന്നത് എന്നതിനെ സംബന്ധിച്ച യാഥാർത്ഥ്യം മാത്രമേ നിങ്ങൾക്ക് പഠിപ്പിക്കാൻ കഴിയൂ. ഒരു പാഠ്യവിഷയമെന്നനിലയിൽ മതത്തിന്റെ ചരിത്രം, മനഃശാസ്ത്രത്തിൽനിന്ന് വ്യത്യസ്തമാണ്. മനഃശാസ്ത്രം പലപ്പോഴും പാഠഭാഗങ്ങളിൽ മാത്രം കേന്ദ്രീകരിക്കുന്നു. എന്നാൽ അതിൽനിന്ന് വ്യത്യസ്തമായി ചരിത്രം പാഠഭാഗങ്ങളിൽ മാത്രം കേന്ദ്രീകരിക്കുന്നതല്ല; മറിച്ച് മതത്തിന്റെ യഥാർത്ഥ രീതികളും പ്രയോഗങ്ങളും അനുഷ്ഠാനങ്ങളും രക്ഷാധികാരിത്വവും എല്ലാം അതിൽ ഉൾപ്പെടുന്നു. മതത്തിന്റെ അനുയായികളുടെ സാമൂഹ്യശാസ്ത്രവും മത സ്ഥാപനങ്ങളുടെ ഘടനയും ചരിത്രം പരിശോധിക്കുന്നുണ്ട്; എന്നുതന്നെയല്ല, മതത്തിന് എന്തുകൊണ്ടാണ് പിന്തുണ ലഭിക്കുന്നത് എന്നും വിശദീകരിക്കുന്നുണ്ട്. ഇതൊന്നും ഒരു വിഷയമായി നാം പഠിപ്പിക്കുന്നില്ല.

എന്നാൽ നാമത് ചെയ്യേണ്ടതുണ്ട്. കാരണം, മതവും സമൂഹവും തമ്മിലുള്ള പരസ്പരാശ്രിതത്വത്തിന്റെ സ്വഭാവം, ഇവ രണ്ടിനെക്കുറിച്ചും മനസ്സിലാക്കുന്ന കാര്യത്തിൽ അടിസ്ഥാനപരമായിട്ടുള്ളതാണ്. മതത്തിന്റെ ചരിത്രത്തെക്കുറിച്ച് ആ രീതിയിലുള്ള ഒരു പാഠ്യവിഷയം പഠിപ്പിക്കുകയാണെങ്കിൽ, മതത്തിന്റെ സാമൂഹ്യവും രാഷ്ട്രീയവും സാമ്പത്തികവുമായ മാനങ്ങളും ജനങ്ങൾക്ക് മനസ്സിലാക്കാൻ കഴിയും. മതവും മതത്തെ മനസ്സിലാക്കലും ഈ പാഠഭാഗങ്ങളിലും അമൂർത്തമായ മൂല്യങ്ങളിലും മാത്രമായി പരിമിതപ്പെട്ടുകിടക്കുകയല്ലെന്നും മറിച്ച് രാജസദസ്സുകളിലും ചില സാമൂഹ്യ സ്ഥാപനങ്ങൾക്ക് നല്കപ്പെട്ട ആധികാരികതയിലും തീർത്ഥാടക കേന്ദ്രങ്ങളിലും (പരിത്യാഗികൾവഴി) ഭൂവുടമസ്ഥതയും വ്യാപാരവുംപോലുള്ള സാമ്പത്തിക പ്രവർത്തനങ്ങളിലും ഈ പഠനങ്ങളെ രാഷ്ട്രീയവിഭാഗങ്ങൾ എങ്ങനെയാണ് ഉപയോഗപ്പെടുത്തിക്കൊണ്ടിരുന്നത്

എന്ന് നിരീക്ഷിക്കൽകൂടി അതിൽ ഉൾപ്പെടുന്നുണ്ടെന്നും അവർക്ക് മനസ്സിലാക്കാൻ കഴിയും.

ജനങ്ങളുടെ ജീവിതത്തിൽനിന്ന് വ്യത്യസ്തവും വ്യതിരിക്തവുമായ എന്തോ ഒന്നല്ല മതം. മിക്കവരുടെയും വൈകാരിക ജീവിതങ്ങളുടെ ചലനാത്മകവും സ്ഫുരണാത്മകവുമായ ഭാഗമാണത്. മറ്റുള്ളവരുടെ ജീവിതങ്ങളിലാകട്ടെ, അത്രത്തോളം അവകാശപ്പെടാൻ കഴിയാത്ത ഒരു ഭാഗവും. എന്നാൽ സാമൂഹ്യവും രാഷ്ട്രീയവുമായ അതിന്റെ പ്രകടനത്തിലാകട്ടെ, ഒരു മതവിഭാഗം മറ്റൊരു മതവിഭാഗത്തോട് എങ്ങനെ പെരുമാറുന്നു എന്ന് അത് നിരന്തരം നിശ്ചയിക്കുകയും ചെയ്യുന്നു. ഇത് ചരിത്രത്തിന്റെ ഭാഗമാണ്. സാമൂഹ്യവും രാഷ്ട്രീയവുമായ പ്രചോദനങ്ങളിലും, മതപരമായ പ്രചോദനങ്ങളിലെന്നപോലെതന്നെ വേണ്ടത്ര ശ്രദ്ധ ചെലുത്തണം-മതപരമായ കാരണങ്ങൾ അല്ലാത്ത മറ്റ് കാരണങ്ങളാണല്ലോ മിക്കപ്പോഴും പെരുമാറ്റത്തെ നിർണ്ണയിക്കുന്നത്. അവസാനമായി മറ്റു മതങ്ങളെ തുല്യ പങ്കാളികളായി കണ്ടുകൊണ്ട് ഒന്നിച്ചു ജീവിക്കാൻ മതങ്ങൾ പഠിക്കേണ്ടതുണ്ട്; പ്രത്യേക പദവി വേണമെന്ന അവകാശവാദമുന്നയിക്കുന്നതിൽനിന്ന് ഒഴിഞ്ഞുനില്ക്കുകയും വേണ്ട. ഏറെ നൂറ്റാണ്ടുകളായി ഒരു മതം അധീശത്വ സ്ഥാനത്ത് നിലനിന്നിരുന്ന ഒരു രാജ്യത്ത് അഥവാ കഴിഞ്ഞകാലങ്ങളിൽ തങ്ങൾ ഇരയാക്കപ്പെട്ടു എന്ന് ആ മതം ഇന്നിപ്പോൾ അവകാശപ്പെടുന്ന ഒരു രാജ്യത്ത് അത് എളുപ്പമല്ല എന്ന് അംഗീകരിക്കേണ്ടിയിരിക്കുന്നു. എന്നാൽ സമൂഹങ്ങൾ എങ്ങനെയാണ് പ്രവർത്തിക്കേണ്ടത് എന്നതിനെ സംബന്ധിച്ച് തങ്ങൾക്ക് കൂടുതൽ മെച്ചപ്പെട്ട ധാരണയുണ്ട് എന്ന് ആധുനിക സമൂഹങ്ങൾ തറപ്പിച്ചുപറയുന്നുണ്ട് എന്ന വസ്തുത, ഈ ബന്ധങ്ങളെ എത്രത്തോളം മെച്ചപ്പെട്ടവിധത്തിൽ നാം വേർപെടുത്തി നിർത്തുന്നു എന്ന് ചിന്തിക്കുന്നതിന് നമ്മെ പര്യാപ്തമാക്കുന്നുവെന്ന് ഉറപ്പാണ്.

6

പ്രാമാണിക ഗ്രന്ഥങ്ങളെ ചോദ്യം ചെയ്യൽ

ആദ്യകാല ഇന്ത്യയെക്കുറിച്ച് മനസ്സിലാക്കുന്നതിനായി, പ്രാമാണിക ഗ്രന്ഥങ്ങളെ തിരഞ്ഞുപെറുക്കിയെടുക്കുക മാത്രമല്ല താൻ ചെയ്യുന്നത് എന്ന് താങ്കൾ പ്രത്യേകിച്ചും എടുത്തു പറഞ്ഞിട്ടുണ്ടല്ലോ. മറ്റ് നിരവധി ചരിത്രകാരന്മാരും ഇക്കാര്യം വ്യക്തമായി വെളിപ്പെടുത്തിയിട്ടുണ്ട്. പ്രാമാണികമായ രീതിയിലുള്ള സ്രോതസ്സുകളും വിവരണാത്മകമായ രീതിയിലുള്ള സ്രോതസ്സുകളും തമ്മിലുള്ള വ്യത്യാസം നിങ്ങൾ വളരെ സൂക്ഷ്മമായിത്തന്നെ വ്യക്തമാക്കിയിട്ടുമുണ്ട്. സ്രോതസ്സുകൾ തമ്മിലുള്ള ഈഷൽ ഭേദങ്ങളോടുള്ള ഒരു ചരിത്രകാരന്റെ പ്രൊഫഷണൽ സമീപനം തന്നെയാണിത്. പ്രൊഫഷണൽ ചരിത്ര പഠനങ്ങളിലെ ഇത്തരം ഈഷൽഭേദങ്ങളെ മനസ്സിലാക്കുന്നതിനും അവയുടെ ഗുണമറിയുന്നതിനും പ്രത്യേക വൈദഗ്ദ്ധ്യം നേടിയിട്ടില്ലാത്ത ഒരാളുടെ ആവശ്യമുണ്ടാവുകയും ചെയ്യും.

പ്രാമാണികമായ ഗ്രന്ഥങ്ങളെയും ഇത്തരം പ്രമാണങ്ങൾ എന്തിനായിട്ടാണ് നിർമ്മിച്ചതെന്നും ഇന്ന് ചരിത്രകാരന്മാർ ചോദ്യം ചെയ്യുന്നു എന്നതാണ് വസ്തുത. ഉദാഹരണത്തിന് 'കന്യാദാനം'' തൊട്ട് 'രാക്ഷസ വിവാഹം' വരെയുള്ള (സ്ത്രീകളെ തട്ടിക്കൊണ്ടുപോകുന്നതുകാരണം രാക്ഷസീയമായ വിവാഹം) വ്യത്യസ്ത രീതികളിലുള്ള വിഭിന്നവും വ്യതിരിക്തവുമായ എട്ട് വിവാഹ സമ്പ്രദായങ്ങളെക്കുറിച്ച് മനു സൂചിപ്പിക്കുന്നുണ്ട്. ഒരു സമൂഹത്തിൽ ഇത്തരം എട്ടുവിധത്തിലുള്ള എല്ലാ വിവാഹ സമ്പ്രദായങ്ങളും നടപ്പിലുണ്ടായിരുന്നിരിക്കാൻ സാദ്ധ്യതയില്ല. ഓരോ സംസ്കാരവും ഓരോ ജാതിയും രക്തബന്ധത്തെക്കുറിച്ച് എത്രമാത്രം ശ്രദ്ധിച്ചിരുന്നു എന്ന് നമുക്കെല്ലാം അറിയാം; വിവാഹ സമ്പ്രദായങ്ങളിൽ ഇതെല്ലാം സൂചിപ്പിക്കപ്പെടുന്നുണ്ടുതാനും. അതിനാൽ എട്ടുവിധ

ത്തിലുള്ള വിവാഹസമ്പ്രദായങ്ങളുടെ പട്ടിക കൊടുക്കുന്നുണ്ടെങ്കിൽ, അത്തരമൊരു പട്ടികയുണ്ടാക്കുന്നതിന്റെ ഉദ്ദേശ്യമെന്തായിരിക്കണം? അഥവാ സാദ്ധ്യതയുള്ള വിവാഹ സമ്പ്രദായങ്ങളെ സംബന്ധിച്ച സാങ്കല്പിക വിവരണം മാത്രമാണോ അത്? ഇത്തരം വിവാഹ സമ്പ്രദായങ്ങൾ ആരുമായിട്ടാണ് ബന്ധപ്പെട്ടിരിക്കുന്നത്? അക്കാലത്ത് പല വിധത്തിലുള്ള സംസ്കാരങ്ങൾ നിലവിലുണ്ടായിരുന്നിരിക്കണം; അതുകൊണ്ട് അവയെയെല്ലാം നിയമവിധേയമാക്കുന്നതിനുള്ള ശ്രമമായിരിക്കാം നടന്നത്. പാണ്ഡവകുടുംബത്തിനുമാത്രം മൂന്നു തലമുറകൾക്കുള്ളിൽ വ്യതിരിക്തമായ മൂന്ന് രീതികളിലുള്ള വിവാഹ സമ്പ്രദായങ്ങൾ ഉണ്ടായിരുന്നു - സ്ത്രീധന സമ്പ്രദായം, പല സഹോദരന്മാർക്ക് ഏക ഭാര്യത്വ സമ്പ്രദായം, രക്തബന്ധമുള്ളവർ തമ്മിലുള്ള വിവാഹം. ഇത് പ്രാമാണികമായ രീതിയെയല്ല, മറിച്ച് യാഥാർത്ഥ്യത്തെയാണ് പ്രതിഫലിപ്പിക്കുന്നത് എന്നാണ് വാദമെങ്കിൽ, അസാധാരണമായ ഈ സ്ഥിതിവിശേഷത്തെക്കുറിച്ച് ചരിത്രകാരന്മാർ വിശദീകരിക്കേണ്ടിവരും. അതോ, ഭാവിചരിത്രകാരന്മാർക്ക് വേണ്ടി പാണ്ഡവന്മാർ ചുമ്മാ പ്രഹേളികകൾ കണ്ടുപിടിക്കുകയായിരുന്നുവോ?

സംസ്കൃതത്തിലെ പ്രമാണ ഗ്രന്ഥങ്ങൾ പലപ്പോഴും, പ്രാദേശികതലത്തിലുള്ള രൂപഭേദങ്ങളെ മുഖ്യപാഠത്തിൽ ഉൾക്കൊള്ളിക്കാറുണ്ട് - കർക്കശവും അയവില്ലാത്തതും ആയ പ്രമാണങ്ങൾ എന്ന് തോന്നിപ്പിക്കുന്നവയോടുകൂടി "ച" എന്നോ ''ആദി''എന്നോ കൂട്ടിച്ചേർത്തുകൊണ്ടാണ് അങ്ങനെ ചെയ്യാറുള്ളത്.

അതെ. ബഹുസ്വരതയെ സൂചിപ്പിക്കുന്നതിനുള്ള ഒരു മാർഗ്ഗമാണത്. എന്നാൽ മറ്റ് തരത്തിലുള്ള സൂചനകളുമുണ്ട്. എ ഡി ഒന്നാം സഹസ്രാബ്ദത്തിന്റെ അവസാനകാലത്തും രണ്ടാം സഹസ്രാബ്ദത്തിന്റെ ആദ്യത്തിലും എഴുതപ്പെട്ട ശിലാലിഖിതങ്ങളിൽനിന്ന് അത് വ്യക്തമാണ്. ഹിമാലയത്തിന്റെ കീഴ്ഭാഗത്തുണ്ടായിരുന്ന ഒരു പർവ്വത പ്രദേശ രാഷ്ട്രമായ ചമ്പയിലെ ലിഖിതങ്ങൾ ഞാൻ വായിച്ചിട്ടുണ്ട്; അവയെ ചമ്പാവംശാവലിയുമായി (ആ പ്രദേശത്തിലെ കാലക്രമമനുസരിച്ചുള്ള ചരിത്രം) താരതമ്യം ചെയ്തിട്ടുമുണ്ട്. ആദ്യകാലങ്ങളിലെ ചില ലിഖിതങ്ങളിൽ 'ശർമ്മ' തുടങ്ങിയുള്ള സ്ഥാനപ്പേരുകളോടുകൂടിയാണ് ബ്രാഹ്മണർ പരാമർശിക്കപ്പെട്ടിരുന്നത് - അവരുടെ ജാതി ബ്രാഹ്മണ ജാതിയാണെന്ന് അതിൽ നിന്ന് വളരെ വ്യക്തമായിരുന്നു. എന്നാൽ ഏതാനും നൂറ്റാണ്ടുകൾ കഴിഞ്ഞപ്പോൾ, കൂടുതൽ മോശപ്പെട്ട സംസ്കൃതത്തിൽ എഴുതപ്പെട്ട ലിഖിതങ്ങളിൽ, 'ചാമ്പ്യാലി' ഭാഷയിലെ ഏതാനും വാക്കുകളും ഉൾപ്പെട്ടതായി കാണുന്നു. ബ്രാഹ്മണരെ അതിൽ 'ബാദു' എന്നാണ് പരാമർശിക്കുന്നത്.

ബ്രാഹ്മണരെ പ്രാദേശികമായി പരാമർശിച്ചിരുന്നത് അങ്ങനെയാണ് - ബാദുലേന എന്ന പേരിൽ കാണുന്നപോലെ. ഈ രാജ്യങ്ങൾ സ്ഥാപിതമായ കാലത്ത്, അവിടേക്ക് ചില ബ്രാഹ്മണരെ കൂട്ടിക്കൊണ്ടുവന്നു എന്നു വേണം കരുതാൻ - പ്രത്യേകിച്ചും പദവിക്ക് നിയമസാധുത്വം നല്കുന്ന അനുഷ്ഠാനങ്ങൾ നടത്തുന്നതിനുവേണ്ടിയായിരിക്കണം അത്. ഗൗഡ, കനൂജ് എന്നിങ്ങനെയുള്ള സ്ഥലങ്ങളിൽനിന്നു വന്നവരാണ് തങ്ങൾ എന്ന് അവർ അവകാശപ്പെടുന്നു. എന്നാൽ ആ പ്രദേശത്ത് ഉണ്ടായിരുന്ന പുരോഹിതന്മാരെയും ആ കൂട്ടത്തിൽ കൂട്ടി എന്ന് തോന്നുന്നു. അതല്ലെങ്കിൽ പുറമെ നിന്നുവന്ന ബ്രാഹ്മണർ കാലക്രമേണ പ്രാദേശിക സമൂഹത്തിൽ സ്ഥിരതാമസമാക്കുകയും പ്രാദേശികമായ ജാതിപ്പേരുകൾ സ്വീകരിക്കുകയും ചെയ്തിരിക്കാനും മതി.

ഒരുപക്ഷേ, അവരായിരിക്കാം പ്രാമാണിക ഗ്രന്ഥങ്ങൾ വികസിപ്പിക്കുന്നതിനും അവയെ ചിട്ടപ്പെടുത്തുന്നതിനും സഹായിച്ചത്?

സ്ഥലത്തെ പ്രാദേശിക മതത്തിലെ കാര്യങ്ങൾ നിർവ്വഹിച്ചവരായിരുന്നു പ്രാദേശിക പുരോഹിതന്മാർ. ഭരണാധികാരിയുടെയും രാജകീയ സദസ്സിന്റെയും വരേണ്യവർഗ്ഗത്തിന്റെയും സാമന്തന്മാരുടെയും (അഥവാ ആ പ്രദേശത്തെ മദ്ധ്യവർത്തികളുടെയും) മതത്തെയാണ് ബ്രാഹ്മണർ നിയന്ത്രിച്ചിരുന്നത്; ഉന്നതജാതികളിൽപ്പെട്ടവരെ, അവർ, വേദങ്ങളും പുരാണങ്ങളും മറ്റും, പഠനഗ്രന്ഥങ്ങൾ എന്ന നിലയിൽ, പഠിപ്പിക്കുകയും ചെയ്തു. എന്നാൽ പ്രാദേശികമായ ദേവാലയങ്ങളിലെ നാടൻ വിഗ്രഹങ്ങളെ ആരാധിക്കുന്നത് ഒഴിവാക്കപ്പെട്ടിരുന്നില്ല - അവയധികവും പ്രാദേശിക പുരോഹിതന്മാരാണ് നിർവ്വഹിച്ചിരുന്നത് എന്നതിനാണ് സാദ്ധ്യത. അവരെ ഒഴിവാക്കി നിർത്താൻ കഴിയുമായിരുന്നില്ല. അതിനാൽ ക്ഷേത്രങ്ങളിലെ ചില ആരാധനാക്രമങ്ങളിൽ ബ്രാഹ്മണർ അവരെ കൂടെ കൂട്ടിയിരുന്നിരിക്കാനാണ് സാദ്ധ്യത. ബ്രാഹ്മണ വിഭാഗത്തെ ഇത് വിപുലീകരിച്ചിട്ടുണ്ടാവണം.

പല ബംഗാൾ ലിഖിതങ്ങളിലും ഭൂമി പതിച്ചുകിട്ടിയ ബ്രാഹ്മണർക്കു ഘോഷ, നന്ദിൻ തുടങ്ങിയ ലക്ഷണമൊത്ത ബ്രാഹ്മണേതര പേരുകൾ ഉള്ളതായി കാണാം - ശർമ്മ, ഭട്ട എന്നിങ്ങനെ അവസാനിക്കുന്ന ലക്ഷണമൊത്ത ബ്രാഹ്മണ നാമങ്ങളല്ല അവ. അവർ പ്രാദേശിക പുരോഹിതന്മാരായിരുന്നു; പില്ക്കാലത്ത് ബ്രാഹ്മണരുടെ കൂട്ടത്തിലേക്ക് ലയിച്ചു ചേർന്നവരായിരിക്കണം അവർ. ഈ വ്യവസ്ഥ ശരിക്കും ദ്രവാവസ്ഥയിലുള്ളതുതന്നെയാണ്. പ്രാമാണിക ഗ്രന്ഥങ്ങളുടെ കാര്യത്തിൽപ്പോലും, എന്തിനാണ് ഇത്തരം നിബന്ധനകൾ ഉണ്ടാക്കിയിട്ടുള്ളത്, അത് ആർക്കു

വേണ്ടിയാണ് എന്ന് ഒരു ചരിത്രകാരൻ ചോദിക്കേണ്ടതുണ്ട്.

അതെ. ആർക്കുവേണ്ടിയാണ്? രചയിതാവ് ആരാണ്? ശ്രോതാവ് അഥവാ വായനക്കാരൻ ആരാണ്? ഒരു തലത്തിൽ, പ്രാമാണിക ഗ്രന്ഥങ്ങൾ, സംശയനിവാരണത്തിനുള്ള നിയമസംഹിതകളാണ്; മുമ്പുള്ള മാതൃകകളെക്കുറിച്ച് അവ അധികമൊന്നും സൂചിപ്പിക്കുന്നില്ലെങ്കിലും. എന്നാൽ ഗ്രന്ഥങ്ങളെയും അനുഷ്ഠാനങ്ങളെയും സംബന്ധിച്ച് തുടക്കത്തിൽ പ്രശ്നങ്ങളും സംശയങ്ങളും ഉണ്ടായിരുന്നിരിക്കാവുന്ന പുതിയ ബ്രാഹ്മണരെ പഠിപ്പിക്കുന്നതിനും അവ ഉപയോഗിക്കപ്പെട്ടിരിക്കാവുന്നതാണ്. എന്താണ് വിധിക്കപ്പെട്ടിട്ടുള്ളത് എന്നും അത് പ്രാദേശികമായി ബാധകമായിട്ടുള്ളതാണോ എന്നും അറിയുന്നതിനായി അവർക്ക്, മനുവിനെ ഉദ്ധരിച്ച് പരസ്പരം ചർച്ച ചെയ്യേണ്ടിവന്നിരിക്കണം.

പ്രാമാണിക ഗ്രന്ഥങ്ങളുടെ കാര്യത്തിൽപ്പോലും, പില്ക്കാലത്ത് (മനുവിനുശേഷം 500 കൊല്ലം കഴിഞ്ഞ് എന്നിരിക്കട്ടെ) വന്ന വ്യാഖ്യാതാക്കൾ (കുല്ലുക ഭട്ടനെ പോലെയുള്ളവർ) ശരിക്കും അതേ പ്രമാണങ്ങൾ തന്നെയായിരിക്കുകയില്ല പറയുക.

സാമൂഹ്യനിയമസംഹിതകൾക്ക് പുതിയ പരിതഃസ്ഥിതികളെ അഭിമുഖീകരിക്കേണ്ടിവന്നപ്പോഴും നിയമങ്ങൾ പുനഃപരിശോധിക്കേണ്ടിവന്നപ്പോഴും ആണ് ശരിക്കും വ്യാഖ്യാനങ്ങൾ രചിക്കപ്പെട്ടത് എന്നതാണ് രസകരമായ കാര്യം.

സമൂഹത്തിലെ മേൽത്തട്ടിലുള്ള വിഭാഗങ്ങളെ സംബന്ധിച്ചിടത്തോളം അതൊരു പ്രതിസന്ധി തന്നെയായിരുന്നിരിക്കണം.

ആ കാലഘട്ടത്തിലെ സാഹിത്യം വിലയിരുത്തുമ്പോൾ, അവരെ സംബന്ധിച്ചിടത്തോളം അതൊരു പ്രതിസന്ധി തന്നെയായിരുന്നുവെന്ന് കാണാം. യാഥാസ്ഥിതിക ബ്രാഹ്മണ്യത്തെ സംബന്ധിച്ചിടത്തോളം യഥാർത്ഥത്തിൽ രണ്ടുതരത്തിലുള്ള പ്രതിസന്ധിയുണ്ടായി; ബുദ്ധമതവും ജൈനമതവും പ്രചാരത്തിലായിത്തീരുകയും തങ്ങളെ വിമർശിക്കുന്നവരെ ബ്രാഹ്മണമതത്തിന് കൈകാര്യം ചെയ്യേണ്ടിവരികയും ചെയ്തപ്പോഴാണ്, അതിൽ ഒന്നുണ്ടായത്. ബുദ്ധമതക്കാരെയും ജൈനമതക്കാരെയുംകുറിച്ച് യാതൊരു ആദരവുമില്ലാത്ത കഥകൾ പുരാണങ്ങളിൽ കാണപ്പെടുന്നത് അങ്ങനെയാണ്. അവരെ 'നാസ്തികന്മാർ' എന്നും 'പാഷണ്ഡന്മാർ' എന്നും ഒക്കെയാണ് അതിൽ പരാമർശിക്കുന്നത്. മറ്റൊരു പ്രതിസന്ധി ഉണ്ടായത് ഗുപ്ത കാലഘട്ടത്തിനുശേഷമാണ്. അതായത് ബ്രാഹ്മണ നവോത്ഥാനം എന്ന് വിളിക്കപ്പെടുന്ന നവീകരണം ഉണ്ടായത് ആ കാലഘട്ടത്തിലാണ്. എന്നാൽ ബ്രാഹ്മണ നവോത്ഥാനം എന്ന പേ

രിൽ എന്താണ് നവീകരിക്കപ്പെട്ടത് എന്ന പ്രശ്നമാണ് പരിശോധനയ്ക്ക് വിധേയമാക്കപ്പെടേണ്ടത്.

പക്ഷേ, ഇത് വൈദിക നവോത്ഥാനമല്ലല്ലോ?

അല്ല. ഇത് വൈദിക നവോത്ഥാനമല്ല; പുരാണങ്ങൾ വേദങ്ങളോട് ആദരവ് പ്രകടിപ്പിക്കുന്നുണ്ട്. എന്നാൽ പുരാണങ്ങൾ നിർദ്ദേശിക്കുന്ന കാര്യങ്ങൾക്ക് വേദത്തിലെ അനുഷ്ഠാനങ്ങളോട് വലിയ ബന്ധമൊന്നുമില്ല. പുരാണങ്ങളിലെ സാരാംശം എന്തെന്ന് നോക്കിയാൽ, അഥവാ ഭക്തി സിദ്ധാന്തങ്ങൾ നോക്കിയാൽ, ആരാധനയുടെ കാര്യത്തിലും വൈദിക ബ്രാഹ്മണമതത്തിന്റെ വിശ്വാസങ്ങളുടെ കാര്യത്തിൽപ്പോലും മാറ്റം വേണമെന്നാണ് അവ പ്രചരിപ്പിക്കുന്നത് എന്ന് കാണാം. വലിയ തോതിലുള്ള 'യജ്ഞ'ങ്ങളിലെന്നതിനേക്കാൾ 'ഭക്തി'യിലും 'പൂജ'യിലുമാണ് അവരുടെ ആരാധന ശ്രദ്ധ കേന്ദ്രീകരിക്കുന്നത്. ക്ഷേത്രങ്ങളിലെ വിഗ്രഹങ്ങളെ ആരാധിക്കുന്നതിന് അത് പ്രോത്സാഹനം നല്കുന്നു. ഈ പറഞ്ഞവ രണ്ടും വൈദിക രൂപങ്ങളിൽനിന്നുള്ള വ്യതിയാനങ്ങൾ തന്നെയാണ്. പാശുപതങ്ങൾ, ഭാഗവതങ്ങൾ, ശക്തങ്ങൾ തുടങ്ങിയ മതവിഭാഗങ്ങളുടെ പുരാവൃത്തങ്ങളധികവും പുതിയതായി കണ്ടുപിടിക്കപ്പെട്ടവയാണ്. നാമിപ്പോൾ കലിയുഗത്തിലാണെന്നും അവിടെ കാര്യങ്ങളൊക്കെ തലകീഴ്മറിഞ്ഞുവരും എന്നും ഉള്ള വിശദീകരണമാണ്, ഈ മാറ്റത്തിന് പലപ്പോഴും നല്കിക്കൊണ്ടിരിക്കുന്നത്.

കൃതയുഗത്തിലെയും കലിയുഗത്തിലെയും പ്രമാണങ്ങൾ തമ്മിൽ അവർ സ്വയം ഒരു വേർതിരിവ് ഉണ്ടാക്കുകയാണ് അല്ലേ?

അതെ. കൃതയുഗത്തിലെ നിയമങ്ങൾ ഇവിടെ യോജിച്ചവയല്ല.

അതുകൊണ്ട്, ചരിത്രകാരന്മാർ എന്ന നിലയ്ക്ക് നാം, ഈ വേർതിരിവുകളോട് സംവേദനക്ഷമത കാണിക്കണം. ചരിത്രകാരന്മാരുടെ പഠനങ്ങളെ സാമൂഹ്യശാസ്ത്രജ്ഞന്മാരുടെയും നരവംശശാസ്ത്രജ്ഞന്മാരുടെയും പഠനങ്ങളോട് വളരെ അടുത്തെത്തിക്കുന്നുണ്ട്, നിങ്ങളുടെ വാക്കുകൾ. കഴിഞ്ഞ നാല്പത് - അമ്പതു വർഷക്കാലമായി, താങ്കൾ ഈ കാര്യം ഊന്നിപ്പറഞ്ഞുകൊണ്ടിരിക്കുകയാണ്.സാമൂഹ്യശാസ്ത്രങ്ങളിലൂടെ ഊടും പാവും നെയ്തുകൊണ്ട്, 'ഇന്തോളജി'യിൽനിന്ന് ചരിത്രത്തിലേക്കുള്ള ഒരു യാത്രയാണത്. അതിനെക്കുറിച്ച് കുറച്ചെന്തെങ്കിലും കൂടി പറയാമോ? താങ്കൾ താങ്കളുടെ അക്കാദമിക് ജീവിതം ആരംഭിച്ചപ്പോൾ, താങ്കൾ മിക്കവാറും 'ഇന്തോളജി'യെക്കുറിച്ചാണ് കേട്ടിരുന്നത്. അല്ലേ?

1950 കളുടെ മദ്ധ്യത്തിൽ എസ് ഒ എ എസിലേക്ക് (സ്കൂൾ ഓഫ്

ഓറിയന്റൽ ആന്റ് ആഫ്രിക്കൻ സ്റ്റഡീസ് - യൂണിവേഴ്സിറ്റി ഓഫ് ലണ്ടൻ) ഞാൻ പോയപ്പോൾപ്പോലും, അത് ഏറക്കുറെ പൂർണ്ണമായും ഇന്തോളജി തന്നെയായിരുന്നു. ഇന്തോളജി എന്ന തലവാചകത്തിനു കീഴിൽ വളരെയേറെ കാര്യങ്ങൾ ഉൾപ്പെടുത്താൻ കഴിയും; ഇന്തോളജിക്കൽ പഠനങ്ങളിലേക്ക് നാം തിരിച്ചു പോകുമ്പോഴും വളരെ കാര്യങ്ങൾ അതിൽ ഉൾപ്പെടുത്താൻ കഴിയും. എന്നാൽ ചരിത്രത്തെ സാമൂഹ്യശാസ്ത്രങ്ങളുടെ ഭാഗമായിട്ടാണ് നാം ഇന്നു കാണുന്നത് എന്നതിനാൽ, അതിനെ ഇന്നാരും ഇന്തോളജിയായി കാണുന്നില്ല. നമ്മുടെ താല്പര്യങ്ങൾ വ്യതിരിക്തമാണ്; അവ ഇന്തോളജിയുടേതിനേക്കാൾ എത്രയോ അപ്പുറത്തേക്ക് കടക്കുന്നു.

പക്ഷേ, ഈ പദം നിശ്ചയമായും ജർമ്മൻ ഇന്തോളജിയിൽനിന്നല്ലേ നിഷ്പാദിപ്പിക്കപ്പെട്ടിട്ടുള്ളത്?

അതെ. അത് പൗരസ്ത്യ പഠനങ്ങളുമായി ബന്ധപ്പെട്ടു കിടക്കുന്നതാണ്. ഫലത്തിൽ ഇന്ത്യയുമായി ബന്ധപ്പെട്ടതെല്ലാം ഇന്തോളജി എന്ന നിലയിൽ ഉൾക്കൊള്ളിക്കപ്പെട്ടു.

മുസ്ലീം ഘടകം ഒഴിച്ച്. അല്ലേ?

അതെ. ഇന്ത്യയിൽ ഇസ്ലാമിക പഠനങ്ങളെ അവർ ഒഴിവാക്കി നിർത്തിയില്ല; എന്നാൽ ഇന്ത്യൻ സംസ്കാരത്തെ അവർ നിർവ്വചിച്ചപ്പോൾ, അത് ഹിന്ദു എന്ന നിലയിലായി. അങ്ങനെ, അവരെ സംബന്ധിച്ചിടത്തോളം, ഏറ്റവും പ്രധാനപ്പെട്ടത് സംസ്കൃതത്തിന്റെയും ഹിന്ദുമതത്തിന്റെയും പഠനങ്ങളായിത്തീർന്നു. പ്രാചീനചരിത്രം, ഇന്തോളജി എന്ന നിലയിലാണ് പഠിപ്പിക്കപ്പെട്ടത്. ഭൂതകാലത്തെ സംബന്ധിച്ചുള്ള വിവരങ്ങൾ ശേഖരിക്കുന്നതിലായിരുന്നു അവർ ശ്രദ്ധ കേന്ദ്രീകരിച്ചത്. സമൂഹത്തെ വിശദീകരിക്കുകയും വ്യാഖ്യാനിക്കുകയും ചെയ്യുന്നതിന് അല്പമൊക്കെ (എന്നാൽ അധികമൊന്നുമില്ലതാനും) ചർച്ചയും നടന്നു. ഇന്നിപ്പോൾ ഭാഷാശാസ്ത്രം പ്രധാനമാണ് എന്നതുപോലെ അന്ന് തത്ത്വശാസ്ത്രം പ്രധാനപ്പെട്ടതായിരുന്നു. പ്രാചീന ഇന്ത്യാചരിത്രത്തിലെ സവിശേഷ പഠനം (സ്പെഷ്യലൈസേഷൻ) എന്നതിന്നർത്ഥം, 'ഹിന്ദുചരിത്രം' എന്ന് പറയപ്പെടുന്നതിൽ സവിശേഷ പഠനം എന്നായിത്തീർന്നു. പ്രാചീന ഇന്ത്യാചരിത്രം ഇന്തോളജിയിൽ മാത്രം പരിമിതപ്പെട്ടു കിടക്കുന്നില്ല എന്ന് എന്നെ ബോദ്ധ്യപ്പെടുത്തുന്ന പല മാറ്റങ്ങളും 1960 കളിൽ ചരിത്രപഠനത്തിൽ ഞാൻ കാണാൻ തുടങ്ങി.

മാർക്സ്, എംഗൽസ്, മാക്സ്വെബർ, മോസ്സ്, ദുർഖീം തുടങ്ങിയവരുടെ കൃതികളും അന്നലെസ് ചിന്താധാരയും യൂറോപ്യൻ ചിന്തയുടെ

കേന്ദ്രസ്ഥാനത്ത് നിലയുറപ്പിച്ചിരുന്നു. സാമൂഹ്യശാസ്ത്രപരവും നരവംശശാസ്ത്രപരവുമായ ഇത്തരം ആദ്യകാലപഠനങ്ങൾ ഇംഗ്ലീഷിലേക്ക് തർജ്ജുമ ചെയ്യപ്പെട്ടുവരികയും വ്യാപകമായി ചർച്ച ചെയ്യപ്പെട്ടുവരികയും ഉണ്ടായി എന്നതാണ് ആദ്യത്തേത്. ചരിത്രപഠനത്തിന്റെ പുതിയ ദിശകൾക്ക് അവ ബൗദ്ധികമായ പശ്ചാത്തലം നല്കിക്കൊണ്ടിരുന്നതായി കാണപ്പെട്ടു. അവ വായിച്ചപ്പോൾ ബ്രിട്ടീഷ് കൊളോണിയൽ ചരിത്രവുമായി (അത് ഞങ്ങൾ വിദ്യാർത്ഥികൾ എന്ന നിലയിൽ വായിച്ചിട്ടുണ്ടായിരുന്നു) പരിചയപ്പെടുന്നതിൽ മാത്രം ഒതുങ്ങിനില്ക്കാതെ, അതിനപ്പുറത്തേക്ക് ആ കൃതികൾ ഞങ്ങളെ കൊണ്ടുപോയി. പുരസ്കാരകൈമാറ്റത്തിന്റെ അടിസ്ഥാനത്തിൽ കൃതികൾ രചിച്ച മോസ്സ്, അഥവാ ഹെൽഡ് തുടങ്ങിയവർ മഹാഭാരതത്തിൽനിന്നുള്ള വിവരങ്ങൾ ഉപയോഗപ്പെടുത്തിക്കൊണ്ടിരുന്നു; അങ്ങനെ ഒരു പുതിയ പരിപ്രേക്ഷ്യം നല്കുകയും ചെയ്തു. ബുദ്ധമതം നിരീശ്വരവാദപരമാണെന്നും അത് ജീവിത പദ്ധതിയിൽനിന്ന് വിഗ്രഹങ്ങളെ ഒഴിവാക്കുന്നുവെന്നും വാദിച്ചുകൊണ്ട്, ദുർഖീം, ബുദ്ധമതത്തിന് മതമെന്ന പേർ ചാർത്തിക്കൊടുത്തതിനെ വിമർശിക്കുന്നു. മുൻകാല പണ്ഡിതന്മാരുടേതിൽനിന്ന് വളരെ വ്യത്യസ്തമായ രീതിയിലാണ് അദ്ദേഹം മതത്തെക്കുറിച്ച് പഠിച്ചത്. അതിനാൽ നിങ്ങൾക്ക് മതത്തെക്കുറിച്ച് താല്പര്യമുണ്ടെങ്കിൽ, നിങ്ങൾ ദുർഖീമിന്റെ രചനകൾ വായിക്കണം. ഹിന്ദുമതത്തെക്കുറിച്ച് മാക്സ് വെബറും എഴുതിയിട്ടുണ്ട്. അദ്ദേഹത്തിന്റെ കാഴ്ചപ്പാടുകൾ ഏറെ ചർച്ചയ്ക്ക് വിധേയമാക്കപ്പെട്ടിട്ടുണ്ട്. ഇന്ത്യയുടെ ഭൂതകാലത്തെ സംബന്ധിച്ച് മാർക്സിന്, അദ്ദേഹത്തിന്റേതായ സ്വന്തം വ്യാഖ്യാനം ഉണ്ടായിരുന്നു. ''ഏഷ്യൻ ഉല്പാദന രീതി'' (Asiatic Mode of Production) എന്ന ആ സിദ്ധാന്തത്തെ മിക്ക ഇന്ത്യൻ മാർക്സിസ്റ്റ് ചരിത്രകാരന്മാരും തള്ളിക്കളഞ്ഞതാണ്. എന്നാൽ യൂറോപ്യൻ ചരിത്രത്തെ വിശകലനം ചെയ്യുന്ന അദ്ദേഹത്തിന്റെ രീതി പരിഗണിച്ച്, അദ്ദേഹത്തിന്റെ ഈ രചന വായിക്കപ്പെടുന്നു. ഇന്ത്യയുടെ ഭൂതകാലത്തിന് ബാധകമാക്കാമെന്ന ഉദ്ദേശ്യത്തോടുകൂടിയല്ലായിരിക്കാമെങ്കിലും, ഇതു ചെയ്യപ്പെട്ടത്, ഇന്ത്യയുടെ ഭൂതകാലത്തെ സംബന്ധിച്ച് ഉന്നയിക്കാവുന്ന തരത്തിലുള്ള ചോദ്യങ്ങൾ അതിൽനിന്ന് സംഭരിക്കുന്നതിനുവേണ്ടിയായിരിക്കണം.

ഇന്ത്യയുടെ ഭൂതകാലത്തെ സംബന്ധിച്ചുള്ള ബ്രിട്ടീഷ് കൊളോണിയൽ രചനകൾ മാത്രമല്ല പഠിക്കപ്പെടേണ്ടവയായും വ്യാഖ്യാനിക്കപ്പെടേണ്ടവയായും ഉള്ളത്. ഈ വിഷയത്തെ സംബന്ധിച്ച് മറ്റുള്ളവരും എഴുതിയിട്ടുണ്ട്, എന്നാൽ അവർ അതിനെ വ്യത്യസ്തമായ രീതിയിലാണ് വ്യാഖ്യാനിച്ചത്. ചരിത്രകാരന്മാർ എന്ന നിലയിൽ നമുക്ക് ഈ വ്യാഖ്യാനങ്ങളെയും അറിയേണ്ടതുണ്ട് എന്ന് 1960കളോടു കൂടി നാം

മനസ്സിലാക്കി. ഇന്ത്യയെക്കുറിച്ച് അഭിപ്രായം പറഞ്ഞ യൂറോപ്യൻ പണ്ഡിതന്മാർ ഇന്തോളജിസ്റ്റുകൾ ആയിരുന്നില്ല; മറിച്ച് സാമൂഹ്യശാസ്ത്രജ്ഞന്മാരും സാമൂഹ്യ - സാമ്പത്തിക - നരവംശ ശാസ്ത്രജ്ഞന്മാരും മതത്തിന്റെ ചരിത്രകാരന്മാരും മതത്തിന്റെ സാമൂഹ്യശാസ്ത്രജ്ഞന്മാരും ആയിരുന്നു; പുതിയ ചിന്താരീതിയെ പ്രതിനിധീകരിക്കുന്നവരായിരുന്നു അവർ; അതെന്തായാലും ഇന്ത്യൻ സ്രോതസ്സുകളെ പഠന വിധേയമാക്കുന്നതിനുള്ള ബുദ്ധിമുട്ടുകൾ ഏറ്റെടുക്കാൻ തയ്യാറായവരുമായിരുന്നു. അടിസ്ഥാനപരമായി മറ്റ് ആധുനികപൂർവ്വ സമൂഹങ്ങളെക്കുറിച്ചും അവർ പഠനം നടത്തിയിട്ടുണ്ടായിരുന്നു; അതിനാൽ വളരെ വ്യാപകമായ ഒരു പശ്ചാത്തലത്തോടുകൂടിയാണ് അവർ ഇന്ത്യയെക്കുറിച്ചുള്ള പഠനങ്ങളിലേക്ക് പ്രവേശിച്ചത്. ആധുനിക പൂർവ്വ സമൂഹങ്ങളെക്കുറിച്ച് തങ്ങൾ നേരിട്ടു സംഭരിച്ച അറിവുകളെ, സമാനമായ സമൂഹങ്ങളിൽനിന്നുള്ള (ആദ്യകാല ഐതിഹാസിക സമൂഹങ്ങളിൽനിന്നുള്ള ഈ സമൂഹങ്ങൾ നിലനില്ക്കുന്നില്ലായിരുന്നുവെങ്കിലും) ഗ്രന്ഥങ്ങളുമായി അടുത്തടുത്തു വെച്ച്, അവർ വായിക്കുകയായിരുന്നുവെന്ന് ഒരർത്ഥത്തിൽ പറയാം. അതായത് ഈ ഗ്രന്ഥകാരന്മാരുടെ കൃതികളുടെ വായന, ആധുനിക പൂർവ്വ സമൂഹങ്ങൾ വ്യത്യസ്തമായ വിധത്തിലാണ് പ്രവർത്തിച്ചുകൊണ്ടിരുന്നത് എന്ന വസ്തുത കൂടുതൽ വ്യക്തമായി മനസ്സിലാക്കിത്തരുക പോലുമുണ്ടായി. ആദ്യകാല സമൂഹങ്ങളെ മനസ്സിലാക്കുന്നതിനായി, സംസ്കൃത ഗ്രന്ഥ സ്രോതസ്സുകൾ വീണ്ടും വായിക്കുകയും അവയുടെ അന്നത്തെ സമൂഹങ്ങളെ അവ എങ്ങനെയാണ് വിവരിക്കുന്നത് എന്ന് കണ്ടെത്തുകയും ചെയ്യേണ്ടിവന്നു - നമ്മുടെ ആധുനിക മാതൃകകളെ അവയ്ക്കുമേൽ കെട്ടിയേല്പിക്കാൻ ശ്രമിക്കുകയായിരുന്നില്ല വേണ്ടിയിരുന്നത്. ഇത് ബുദ്ധിപരമായി വളരെ വലിയ പ്രചോദനമായിരുന്നുവെന്ന് ഞാൻ കണ്ടു - മറ്റ് സ്രോതസ്സുകളിൽനിന്ന് ആധുനികപൂർവ്വ സമൂഹങ്ങളെക്കുറിച്ച് ലഭിച്ച വിവരണങ്ങളെ, സംസ്കൃത ഗ്രന്ഥങ്ങളിൽനിന്നുള്ള തെളിവുകളുമായി താരതമ്യപ്പെടുത്തുന്ന ഈ നടപടി.

അക്കാലത്ത് ഞാൻ ഡൽഹി യൂണിവേഴ്സിറ്റിയിലെ ചരിത്ര വിഭാഗത്തിൽ പഠിപ്പിച്ചുകൊണ്ടിരിക്കുകയായിരുന്നു. അക്കാലത്ത് അവിടെയുണ്ടായിരുന്ന ചരിത്രകാരന്മാർ (ഇന്നുള്ളവരിൽനിന്ന് വ്യത്യസ്തരായി) ബുദ്ധിപരമായി ഏറ്റവും വലിയ പ്രചോദനം നല്കുന്നവരായിരുന്നില്ല. എന്റെ സഹപ്രവർത്തകർ നല്ലവരും പഴയ രീതിയിലുള്ള ചരിത്രകാരന്മാരും ആയിരുന്നു. അവരോട് നിങ്ങൾക്ക് ഒരു ഘട്ടം വരെ മാത്രമേ സംസാരിക്കാൻ കഴിയുമായിരുന്നുള്ളൂ; അതിനപ്പുറം പുതിയ ആശയങ്ങളോട് അവർക്ക് യാതൊരു താല്പര്യവുമുണ്ടായിരുന്നില്ല. സാമൂഹ്യവും സാമ്പത്തികവുമായ ചരിത്രം എന്ന വിഷയം അവതരിപ്പിക്കാൻ ഞാൻ ശ്രമി

ക്കുമ്പോൾ, ഇതെന്തോ പുതിയതായി കണ്ടുപിടിക്കപ്പെട്ട ആശയമാണെന്നു പറഞ്ഞ് അവർ തള്ളിക്കളയുമായിരുന്നുവെന്ന് ഞാൻ ഓർക്കുന്നു. അക്കാലത്ത് സംഭാഷണ വിഷയമായിത്തുടങ്ങിയിരുന്ന 'മാർക്സിസ്റ്റ് ചരക്ക്' ആണ് ഇതെന്ന സൂചനയും അതിനുപിന്നിലുണ്ടായിരുന്നു.

7

സാമൂഹ്യ സാമ്പത്തിക ചരിത്രത്തെ മാർക്സിസ്റ്റ് ചരിത്രമെന്ന് മുദ്രകുത്തുമ്പോൾ

അതേ അവസരത്തിൽത്തന്നെ, സാമൂഹ്യ - സാമ്പത്തിക ചരിത്രത്തെ "മാർക്സിസ്റ്റ് ചരിത്രം'' എന്ന നിലയിൽ മുദ്രകുത്തുകയും ചെയ്തു. ഇതിനെക്കുറിച്ച് പറയാമോ?

ശരിയാണ്. നിങ്ങൾ പറഞ്ഞത് ശരിയാണ്. സാമൂഹ്യവും സാമ്പത്തികവുമായ ചരിത്രം, മാർക്സിസ്റ്റ് ചരിത്രം എന്ന അർത്ഥത്തിലാണ് യാന്ത്രികമായി പരിഗണിക്കപ്പെട്ടത്. ചരിത്രത്തെക്കുറിച്ചുള്ള മാർക്സിസ്റ്റ് ധാരണ എന്നാൽ എന്താണെന്ന് കണ്ടുപിടിക്കാൻ മെനക്കെടാത്ത ഏതാനും ചിലർ (അക്കാദമിക് പണ്ഡിതന്മാർക്കിടയിൽപ്പോലും) അക്കാലത്തുണ്ടായിരുന്നു, ഇന്നും ഉണ്ട് എന്നതാണ് ഇതിനു കാരണം. ചരിത്രത്തെയും സമൂഹത്തെയും വിശകലനം ചെയ്യുന്ന സിദ്ധാന്തങ്ങളെക്കുറിച്ച് അവർക്ക് വലിയ അറിവൊന്നുമില്ല. അതിനാൽ സാമ്പത്തിക നിർണ്ണയന രീതിയെ അവർ മാർക്സിസ്റ്റ് ചരിത്രത്തോട് തുല്യതപ്പെടുത്തുന്നു. അതുകാരണം സാമ്പത്തിക ചരിത്രത്തെക്കുറിച്ച് എഴുതുന്ന ഏതൊരാളും, അഥവാ സാമൂഹ്യവും സാമ്പത്തികവുമായ ചരിത്രത്തിന് പ്രാധാന്യം കൊടുക്കുന്ന ഏതൊരാളും, മാർക്സിസ്റ്റ് എന്ന് മുദ്രകുത്തപ്പെടുന്നു. വിശകലനത്തെ സംബന്ധിച്ച മാർക്സിസ്റ്റ് സിദ്ധാന്തം ഉപയോഗിക്കുന്നതും മാർക്സിസ്റ്റുകാർ ഉന്നയിച്ചേക്കാവുന്ന ചില ചോദ്യങ്ങളെ ആസ്പദിച്ചുള്ള വിശകലനങ്ങളുടെ ചില വശങ്ങൾ പരിഗണിക്കുന്നതും തമ്മിലുള്ള വ്യത്യാസത്തെക്കുറിച്ച് വലിയ ധാരണയൊന്നുമില്ല. ഒരു ഗ്രന്ഥകർത്താവിന്റെ രചനകളെ ശ്രദ്ധാപൂർവ്വം വായിക്കേണ്ടത് ഇതിനാവശ്യമാണ് - വളരെ കുറച്ചു പേരേ അതിന് തുനിയാറുള്ളൂ. ഇതിനൊക്കെ പുറമെ പലതരത്തിലുള്ള സിദ്ധാന്തങ്ങൾ ഉന്നയിക്കുന്നത് ഫാഷനായി ത്തീർന്നതിന്റെ പ്രശ്നവുമുണ്ട്. ഉദാഹരണത്തിന് 1970 കളിലും 1980

കളിലും മാർക്സിസം ഫാഷനായിരുന്നു; എന്നാൽ ഇന്നങ്ങനെയല്ല. അതേപോലെത്തന്നെ ഉത്തരാധുനികത അക്കാലത്ത് ഫാഷനായിരുന്നു; ഇപ്പോൾ അതൊട്ടും ഫാഷനല്ല - അങ്ങനെ പലതും. എന്നു തന്നെയല്ല, 'മാർക്സിസ്റ്റ്' എന്ന് മുദ്രകുത്തുന്ന പ്രത്യേക രീതിയും ഹിന്ദുത്വസേനാ പരിവാരങ്ങൾക്കുണ്ട്. അവരെ സംബന്ധിച്ചിടത്തോളം, തങ്ങളോടൊപ്പം നില്ക്കാത്തവരെല്ലാം 'മാർക്സിസ്റ്റു'കാരാണ്; അഥവാ കൂടുതൽ കളിയാക്കിക്കൊണ്ട് 'കൊമ്മി' എന്നും അവർ വിളിക്കും. ഇത്തരത്തിലുള്ള പ്രയോഗം വളരെയേറെ ആക്ഷേപകരമായതുകൊണ്ട്, അതിനെക്കുറിച്ച് അഭിപ്രായം പറയുകപോലും വേണ്ടെന്ന് തോന്നുന്നു.

എന്നാൽ നമുക്ക് ഡൽഹി യൂണിവേഴ്സിറ്റിയിലേക്കും സാമൂഹ്യശാസ്ത്രങ്ങളിലുള്ള എന്റെ താല്പര്യങ്ങളിലേക്കും മടങ്ങിപ്പോകാം. ഡൽഹി സ്കൂൾ ഓഫ് എക്കണോമിക്സിൽ ഉള്ളവരുമായിട്ടായിരുന്നു സംസാരിക്കാൻ എനിക്ക് താല്പര്യം. സാമൂഹ്യശാസ്ത്രജ്ഞന്മാരായ എം എൻ ശ്രീനിവാസ്, ആന്ദ്രേ ബെറ്റെല്ലെ, സാമ്പത്തിക ശാസ്ത്രജ്ഞന്മാരായ സുഖൊമോയ് ചക്രവർത്തി, അമർത്ത്യസെൻ, ജഗദീഷ് ഭഗവതി തുടങ്ങിയവരായിരുന്നു അവർ. അവരുമായി ദീർഘമായ സംഭാഷണമൊന്നും നടത്തേണ്ടതില്ല. മറിച്ച് അവർ ചായ കുടിച്ചുകൊണ്ടിരിക്കുകയാണെങ്കിൽ ഒരു കസേര വലിച്ചിട്ട് അടുത്തിരുന്ന്, ചായ കുടിച്ചുകൊണ്ടുള്ള ചെറിയ സംഭാഷണം മാത്രം മതി, ആധുനിക ഇന്ത്യയെക്കുറിച്ചുള്ള അവരുടെ ചില പരാമർശങ്ങൾ (അഥവാ കമന്റുകൾ) പുരാതന കാലഘട്ടത്തിന്റെ കാല്പാടുകളിലേക്ക് നമ്മെ പ്രത്യാനയിക്കുന്ന ഗഹനമായ ചിന്തകൾക്ക് വഴിമരുന്നിടും. വാണിജ്യത്തെയോ ഭൂഖണ്ഡങ്ങളെയോ സംബന്ധിച്ച പരാമർശങ്ങളാകാം; അഥവാ ജാതിയേയോ മതപരമായ ആരാധനയേയോ സംബന്ധിച്ച പരാമർശങ്ങളാകാം; അഥവാ ഗ്രന്ഥങ്ങൾ എന്തു പറയുന്നു എന്നതു സംബന്ധിച്ചുള്ളവയാവാം.

പ്രാചീന ഇന്ത്യയെ സംബന്ധിച്ച് ഗൗരവബോധത്തോടെയുള്ള ചില മാർക്സിസ്റ്റ് ചരിത്രരചനകൾ വന്നു തുടങ്ങിയ കാലഘട്ടം കൂടിയാണിത്. ഏറ്റവുമധികം പ്രേരണാശക്തിയുള്ള, ബൗദ്ധികമായി വെല്ലുവിളിയുയർത്തുന്ന ചരിത്രകാരനായി, ഞാൻ ഡി ഡി കൊസാംബിയെ കാണുകയുണ്ടായി. സ്രോതസ്സുകളെയും വിശദീകരണ സിദ്ധാന്തങ്ങളെയും ഏറ്റവും നന്നായി പഠിച്ച ആളായിരുന്നു അദ്ദേഹം. അദ്ദേഹത്തിന്റെ രചനകളുടെ അടിക്കുറിപ്പുകളിൽനിന്നും ഫ്രഞ്ച് ക്ലാസിക്കൽ ചരിത്രകാരനായ പിയറെ വിദൽ - നാക്വേയുമായും മറ്റുള്ളവരുമായും (അവരൊക്കെയുമായി അദ്ദേഹം ബന്ധപ്പെട്ടുകൊണ്ടിരുന്നു) അദ്ദേഹം നടത്തിക്കൊണ്ടിരുന്ന കത്തിടപാടുകളിൽനിന്നും ഇത് വളരെ വ്യക്തമായിരുന്നു. ആർ എസ് ശർമ്മയുടെ രചനകൾ വായിക്കുന്നതും ആഹ്ലാദജനകമായിരുന്നു. വിൻസെന്റ് സ്മിത്ത് തൊട്ട് ആർ സി മജുംദാർ വരെയുള്ളവരുടെ പ്രാചീന ഇന്ത്യാ ചരിത്രത്തെക്കുറിച്ചുള്ള രചനകളിൽനിന്ന് വ്യത്യസ്തമായിരുന്നു, ഒരു മാറ്റമായിരുന്നു, ശർമ്മയുടെ കൃതികൾ.

ചരിത്രം എന്നത് വിവരശേഖരണത്തിന്റെ കാര്യം മാത്രമല്ല എന്ന വസ്തുത മനസ്സിലായിട്ടുണ്ട് എന്നാണ് ഇതെല്ലാം അടിവരയിട്ടു കാണിക്കുന്നത്. ലണ്ടനിൽ വിദ്യാർത്ഥിയായിരുന്ന കാലത്തുതന്നെ ഞാനിത് കണ്ടു തുടങ്ങിയിട്ടുണ്ടായിരുന്നു. പ്രാചീന ഇന്ത്യയെക്കുറിച്ച് വിസ്തരിച്ച് ഞങ്ങൾ വായിച്ചു പഠിക്കും എന്ന് പ്രതീക്ഷിക്കപ്പെട്ടിരുന്ന കാലമായിരുന്നു അത്; ചരിത്രം എന്ന പാഠ്യവിഷയത്തെക്കുറിച്ച് കൂടുതൽ വിശാലമായി പഠനം നടത്തിക്കൊണ്ടുപോലും, ഞങ്ങളുടെ സ്വന്തം ബൗദ്ധികമായ വികസനം ഉറപ്പുവരുത്തുമെന്ന് പ്രതീക്ഷിക്കപ്പെട്ട കാലവുമായിരുന്നു അത്. ഡൽഹി യൂണിവേഴ്സിറ്റിയിലെ രംഗങ്ങളും ഇന്തോളജിയിൽ നിന്ന് സാമൂഹ്യശാസ്ത്രങ്ങളിലേക്കുള്ള അനുക്രമമായ മാറ്റവും, ചരിത്രത്തിന്റെ പ്രസക്തിയെ ശക്തിപ്പെടുത്തുകയുമുണ്ടായി. ഭൂതകാലത്തെ മനസ്സിലാക്കുന്നതിനും ചുറ്റുമുള്ള ലോകത്തെക്കുറിച്ച് വിശദീകരിക്കുന്നതിനും, ഭൂതകാലത്തെ നാം വിശദീകരിക്കേണ്ടതുണ്ട്. മുമ്പ് വളരെയേറെ കാര്യങ്ങൾ സംഭവിച്ചിട്ടുണ്ട് എന്ന വസ്തുത നാം അംഗീകരിക്കുമ്പോൾ അത് കൂടുതൽ ആവശ്യമായിത്തീരുകയും ചെയ്യുന്നു. നമുക്ക് മുമ്പുള്ള കാലത്ത് എന്താണ് സംഭവിച്ചതെന്ന് വിശദീകരിക്കുന്നതിനും നമ്മുടെ കാലത്തെക്കുറിച്ചുതന്നെ കൂടുതൽ നന്നായി മനസ്സിലാക്കുന്നതിനുംവേണ്ടിയാണ് ഭൂതകാലത്തെക്കുറിച്ചു പഠിക്കുന്നത് എന്ന് നാം പറയുമ്പോൾ ഭൂതവും വർത്തമാനവും തമ്മിലുള്ള ഈ ബന്ധം കൂടുതൽ വ്യക്തമായിത്തീരുകയും ചെയ്യുന്നു.

ചരിത്രത്തെക്കുറിച്ചുള്ള എന്റെ ധാരണയിലേക്ക് കടന്നുവന്ന മറ്റൊരു കാര്യം, ചരിത്രത്തിന്റെ താരതമ്യപഠനത്തിലുള്ള എന്റെ താല്പര്യമാണ്. ലണ്ടനിൽ ഒരു വിദ്യാർത്ഥിയായിരിക്കുമ്പോൾ, ചൈനാ ചരിത്രത്തെക്കുറിച്ച് ഞാൻ കുറച്ചൊക്കെ വായിക്കുകയുണ്ടായി. എന്റെ തലമുറയിൽ പെട്ടവരെ സംബന്ധിച്ചിടത്തോളം, ഇത് തികച്ചും ഒരു പുതിയ മേഖല തന്നെയായിരുന്നു. കാരണം സ്കൂളിൽവെച്ച്, ഇന്ത്യാ ചരിത്രമല്ലാതെ മറ്റേതെങ്കിലും ചരിത്രം നാം പഠിക്കുന്നുണ്ടെങ്കിൽ അത് യൂറോപ്യൻ ചരിത്രം മാത്രമാണ്. ചൈനീസ് കലയേയും പുരാവസ്തു ശാസ്ത്രത്തേയും സംബന്ധിച്ച ഒരു കോഴ്സ് ഞാൻ പഠിക്കുകയുണ്ടായി; 1957 ൽ കുറച്ചുകാലം ചൈനയിൽ ചെലവഴിക്കുന്നതിനുള്ള സൗഭാഗ്യവും എനിക്ക് ലഭിക്കുകയുണ്ടായി. വടക്കൻ ചൈനയിലെ മെയ്ചിസണിലും ഗോബി മരുഭൂമിയിലെ ദുൻ ഹുവാങ്ങിലും ബുദ്ധിസ്റ്റ് ഗുഹാ പെയിന്റിങ്ങിൽ ഫീൽഡ് വർക്ക് ചെയ്യുന്ന റിസർച്ച് അസിസ്റ്റന്റ് എന്ന നിലയ്ക്കായിരുന്നു അത്. എന്നാൽ ചൈനീസ് ചരിത്രത്തിലേക്ക് എന്റെ പിന്നീടുള്ള കടന്നുകയറ്റങ്ങൾ ഏറെ വിജയകരമൊന്നുമായിരുന്നില്ല. ചൈനീസ് ശാസ്ത്രത്തെക്കുറിച്ചും സംസ്കാരത്തെക്കുറിച്ചും (പരിഷ്കാരം) ഉള്ള ജോസഫ് നീഥാമിന്റെ രചനകൾ വായിച്ചുകൊണ്ടാണ് ഞാൻ ആരംഭിച്ചത് എന്നതും അടിത്തട്ടിലേക്കാണ് ഞാൻ ആദ്യം തന്നെ ചെന്നത് എന്നതും ആകാം അതിന് കാരണം. ചൈനീസ് ചരിത്രത്തിന്റെ കാര്യ

ത്തിൽ പശ്ചാത്തലമൊന്നുമില്ലാത്ത ഒരാളെ സംബന്ധിച്ചിടത്തോളം ഇതേറെ പ്രയാസകരം തന്നെയായിരുന്നു.

ഗ്രീക്കോ - റോമൻ ചരിത്രത്തോടൊപ്പമുള്ള താരതമ്യപഠനത്തിന്റെ കാര്യത്തിൽ എനിക്ക് വലിയ വിജയം തന്നെ കൈവന്നു. ഗ്രീക്ക് ശൈലിയുടെ സാമീപ്യത്തിലൂടെ ആദ്യകാല ഉത്തരേന്ത്യൻ ചരിത്രത്തിലേക്ക്, ഈ പഠനം കടന്നുചെന്നു എന്നതാണ്, ഭാഗികമായി അതിനുള്ള ഒരു കാരണം. വായനയിലുള്ള എന്റെ താല്പര്യവും തെരഞ്ഞെടുപ്പും പ്രാചീന ഇന്ത്യാ ചരിത്രത്തിലുള്ള എന്റെ താല്പര്യങ്ങൾക്ക് സമാന്തരമായിട്ടുള്ളതായിരുന്നു എന്നതാണ് ഭാഗികമായ മറ്റൊരു കാരണം. താരതമ്യചരിത്രം വളരെ ഉചിതമായിട്ടുള്ളതായിരുന്നു. ഹോമറുടെ ഇതിഹാസങ്ങളെക്കുറിച്ചുള്ള മോസസ് ഫിൻലെയുടെ പഠനങ്ങൾ, ഇന്ത്യയുടെ ഇതിഹാസങ്ങൾ പഠിക്കുന്നതിന് ഉപകാരപ്രദമായ സമാനതകളായിത്തീർന്നതായി ഞാൻ കണ്ടു. പൂനെയിലെ ബി ഒ ആർ ഐയിലെ (ഭണ്ഡാർകർ ഓറിയന്റൽ റിസർച്ച് ഇൻസ്റ്റിറ്റ്യൂട്ട്) പ്രൊഫസർ ആർ എൻ ദണ്ഡേക്കറുമായുള്ള പില്ക്കാല ചർച്ചകൾക്ക് ഇത് അടിത്തറയായിത്തീർന്നു. മഹാഭാരതത്തെക്കുറിച്ചുള്ള ഗവേഷണ പദ്ധതി ആ സമയത്തും വളരെ സജീവമായിത്തന്നെ നിലനിന്നിരുന്നു. അതിനാൽ സംസാരിക്കാൻ ഏറെ കാര്യങ്ങളുമുണ്ടായിരുന്നു. മാക്സ് വെബറുടെ രചനകൾ വായിച്ചതുവഴി, മോസസ് ഫിൻലെ, തന്റെ സംശയങ്ങൾ എങ്ങനെയാണ് രൂപപ്പെടുത്തിയത് എന്നതിലായിരുന്നു എനിക്ക് താല്പര്യം. ഇന്ത്യയിലെ മതത്തെക്കുറിച്ചുള്ള വെബറുടെ പ്രബന്ധം വായിച്ചതുവഴി എനിക്ക് ലഭിച്ചതിനേക്കാൾ കൂടുതൽ വിജയകരമായ ഒരു ഉദ്യമമായിരുന്നു അത്. ഗ്രീക്കോ - റോമൻ ചരിത്രരചനാ ശാസ്ത്രത്തെക്കുറിച്ചുള്ള അർനാൾഡോ മോമിഗ്ലിയാനോയുടെ പഠനങ്ങൾ എന്റെ മനസ്സിൽ പുതിയ താല്പര്യം ജ്വലിപ്പിച്ചു; പ്രാചീനവും ആധുനികവുമായ ചരിത്രരചനാ ശാസ്ത്രത്തിലേക്ക് എന്റെ ശ്രദ്ധ തിരിയുന്നതിന് അത് ഇടവെച്ചു. ഇത് എല്ലാ കാലത്തും എന്നിൽ നിലനില്ക്കുകയും ചെയ്തു.

ഇത്തരം വായനകളും ചിന്തകളും ആത്യന്തികമായി എത്തിച്ചേർന്നത്, എന്റെ ജീവിതത്തിലെ ബൗദ്ധികമായി ഏറ്റവും ആവേശകരമായ പതിറ്റാണ്ട് എന്ന് ഞാൻ പരിഗണിക്കുന്ന കാലഘട്ടത്തിലേക്ക്, അതായത് 1970 കളിലേക്ക് ആണ്. ജവഹർലാൽ നെഹ്റു യൂണിവേഴ്സിറ്റിയിലെ സെന്റർ ഫോർ ഹിസ്റ്റോറിക്കൽ സ്റ്റഡീസിൽ ഞങ്ങൾ പ്രവർത്തിക്കുകയും പഠിപ്പിക്കുകയും ചെയ്ത കോഴ്സുകളിൽ ഇത് പ്രതിഫലിച്ചു കാണാമായിരുന്നു. ഓരോ കോഴ്സും പ്രഗത്ഭന്മാരായ ചരിത്രകാരന്മാരുടെ ഒരു സംഘത്തിനുള്ളിൽ സുദീർഘമായ ചർച്ചകൾക്കും വാദപ്രതിവാദങ്ങൾക്കും വിധേയമായിത്തീർന്നു. ഇതുതന്നെ, അവിസ്മരണീയമായ ഒരു അനുഭവമായിരുന്നു.

എന്തൊക്കെയായാലും, ഈ നിമിഷത്തിൽ നാം കാണുന്നതെന്തോ, അത്

ഇപ്പോഴത്തെ അവസ്ഥ മാത്രമല്ലല്ലോ. ഭൂതകാലത്തിൽ സംഭവിച്ചവയുടെ നിരവധി അടരുകൾ ഈട്ടം കൂടിച്ചേർന്ന ഒരു ശേഖരമാണത്.

"ഒരു സംഭവത്തോട് സമയം എത്രമാത്രം കൂടിക്കുഴഞ്ഞു കിടക്കുന്നു എന്നതിനെ സംബന്ധിച്ച് വ്യത്യസ്തമായ രീതികളിൽ വീക്ഷിക്കാം" എന്ന ബ്രോഡലിന്റെ സിദ്ധാന്തത്തെക്കുറിച്ചുള്ള ചർച്ച പ്രസക്തമായി ത്തീരുന്നത് ഇവിടെയാണ്. ഒരു സംഭവം ഉണ്ടാകുമ്പോൾ അതുമായി ബന്ധപ്പെട്ട തൽക്ഷണമായ സമയമുണ്ട്. മാത്രമല്ല, സാമൂഹ്യ - സാമ്പത്തിക മാറ്റത്തിന്റേതായ, അതായത് ചരിത്രപരമായ മാറ്റത്തിന്റേതായ കൂടുതൽ വലിയ സമയപരിധിയുമുണ്ട്. അതിനുപുറമെ, സമൂഹത്തിന്റെയും സമീപ പ്രകൃതിയുടെയും ഘടനയ്ക്ക് രൂപം നല്കുന്ന, അതിനേക്കാളൊക്കെ ദീർഘമായ സമയവിസ്തൃതിയുണ്ട്. അപ്പോഴാണ്, ഭൂതകാലത്തിനും അതിന്റേതായ ചരിത്രമുണ്ടെന്ന് നിങ്ങൾ മനസ്സിലാക്കിത്തുടങ്ങുന്നത്. ആ ഭൂതകാലവും അതിന്റേതായ ഭൂതകാലത്തിലേക്ക് നോക്കിക്കൊണ്ടിരിക്കുകയാണ്. നാം നമ്മുടെ ഭൂതകാലത്തിലേക്ക് നോക്കിക്കൊണ്ടിരിക്കുകയാണ്. നമ്മുടെ പൂർവ്വികരാകട്ടെ, അവരുടേതായ ഭൂതകാലത്തിലേക്ക് നോക്കിക്കൊണ്ടിരിക്കുകയായിരുന്നു. അതങ്ങനെയങ്ങനെ തുടർന്നുകൊണ്ടേയിരിക്കുന്നു. ഇതിൽനിന്ന് നാം ഭൂതകാലത്തിന്റെ ആഴങ്ങളിലേക്ക് മാത്രമല്ല നാം ആരാണ്, എന്താണ് എന്നതിലേക്കും ചെന്നെത്തുന്നു.

8

മൗര്യകാലത്തെപ്പറ്റി മാറി വരുന്ന സമീപനങ്ങൾ

ചരിത്രകാരന്മാർക്കും ഭൂതകാലമുണ്ട്; അവരും മാറിക്കൊണ്ടിരിക്കുന്നുണ്ട്. പ്രൊഫസർ ഥാപ്പർ മൗര്യന്മാരെക്കുറിച്ച് 1961 ൽ എഴുതിയതും 1996 ൽ എഴുതിയതും വായിച്ചാൽ, ഇവർ രണ്ടും വ്യത്യസ്തരായ രണ്ട് പ്രൊഫസ്സർ ഥാപ്പർമാരാണെന്ന് കാണാം എന്ന് ഞാൻ പലപ്പോഴും എന്റെ വിദ്യാർത്ഥികളോട് പറയാറുണ്ട്. അത് ചരിത്രത്തിന്റെ ശക്തിയാണ്. അത് വിഷയത്തിന്റെ ദൗർബല്യമല്ല. മൗര്യ കാലഘട്ടങ്ങളെക്കുറിച്ചുള്ള അങ്ങയുടെ ആശയങ്ങൾ എങ്ങനെയാണ് മാറിയത് എന്നു പറയാമോ?

അശോകനും മൗര്യന്മാരുടെ പതനവും *(Asoka and the Decline of Mouryas)* എന്ന പേരിൽ പിന്നീട് പുസ്തകമായിത്തീർന്ന ഗവേഷണ പ്രബന്ധം (തീസിസ്) ഞാൻ 1961 ൽ ആദ്യം എഴുതിയപ്പോൾ, ആ പ്രബന്ധം അപ്പോഴും ഭാഗികമായി ഇന്തോളജിയുടെ സ്വാധീനത്തിൻ കീഴിലായിരുന്നു. അക്കാലത്ത് നിലവിലുണ്ടായിരുന്ന ചരിത്രരചനയുടെ പരമ്പരാഗത ശൈലിയിൽ ഞാൻ ആ കൃതിയെ വിഭജിച്ചു; ഞാൻ ഘടനകളിലാണ് ശ്രദ്ധിച്ചിരുന്നത്. അശോകൻ എന്ന രാഷ്ട്രതന്ത്രജ്ഞനെ അദ്ദേഹത്തിന്റെ ചരിത്രപരമായ പശ്ചാത്തലത്തിൽ പ്രതിഷ്ഠിക്കാനാണ് ഞാൻ ശ്രമിച്ചിരുന്നത് എന്ന് ഞാൻ പ്രസ്താവിച്ചു എന്നതാണ് മറ്റുള്ളവരിൽനിന്ന് ഞാൻ വരുത്തിയ ചെറിയ വ്യത്യാസം. അദ്ദേഹം ഒരു ഭരണാധികാരിയാണെങ്കിൽ, അദ്ദേഹം എങ്ങനെയുള്ള ആളാണോ, അദ്ദേഹത്തെ മാറ്റി അങ്ങനെയുള്ള ആളാക്കിത്തീർക്കുന്ന ചില അധികാരങ്ങൾ അദ്ദേഹത്തിനുണ്ട്. അദ്ദേഹത്തിന്റെ ഏതൊക്കെ പ്രവർത്തനങ്ങളാണ്, അദ്ദേഹം ജീവിച്ച ലോകത്തോടുള്ള പ്രതികരണങ്ങളും അദ്ദേഹത്തിന്റെ

സ്വന്തം ചിന്തകളോടൊപ്പം വളർന്നുവന്നവയും ആയിരുന്നത്? ഭാഗ്യമെന്നു പറയട്ടെ, അദ്ദേഹം എന്തായിരുന്നു ചെയ്യാൻ ശ്രമിച്ചത് എന്ന് വിലയിരുത്തുന്നതിന് നമ്മെ സഹായിക്കുന്നതിന് അദ്ദേഹത്തിന്റെ രാജശാസനങ്ങൾ നമുക്ക് ലഭ്യമാണ്. അവ അദ്ദേഹത്തിന്റെ അതേ കാലത്തുതന്നെയുള്ളതായതുകൊണ്ട് പ്രധാനപ്പെട്ടവയാണുതാനും. മറ്റുള്ള സ്രോതസ്സുകൾ പില്ക്കാലത്തുള്ളവയാണ്. വടക്കുപടിഞ്ഞാറൻ ഇന്ത്യയിൽനിന്നുള്ള 'ദിവ്യവാദനം' (Divyavadana) ശ്രീലങ്കയിൽനിന്നുള്ള ''മഹാവംശം'' തുടങ്ങിയ പില്ക്കാല സ്രോതസ്സുകൾ, അദ്ദേഹത്തെ ഒരു രാജാവ് എന്ന നിലയിലും ഒരു ബുദ്ധമതക്കാരൻ എന്ന നിലയിലും എങ്ങനെയാണ് ഉയർത്തിക്കാണിക്കുന്നത് എന്നതാണ് രണ്ടാമത്തെ പ്രശ്നം.

ഇവിടെ വളരെ വ്യക്തമായ ഒരു ചോദ്യം ഉയർന്നുവരുന്നു: പില്ക്കാല ഗ്രന്ഥങ്ങൾ അശോകനെ അങ്ങനെ അനുസ്മരിക്കുന്നത് എന്തുകൊണ്ടാണ്?

അതിന്റെ ആ വശം നോക്കിക്കൊണ്ടും ആരംഭിക്കാം. ആ പുസ്തകം പ്രസിദ്ധീകരിച്ചതിനുശേഷം അശോകനെക്കുറിച്ച് ഞാൻ എഴുതിയ പ്രബന്ധങ്ങളിൽ, ഇതിനെ ഒരു പുതിയ മാർഗ്ഗത്തിലൂടെ വീക്ഷിക്കുന്നതിന് എന്നെ നിർബ്ബന്ധിതമാക്കിയ കാര്യങ്ങൾ കൂടുതൽ പ്രതിഫലിച്ചു കാണാവുന്നതാണ്. ചില സാമൂഹ്യശാസ്ത്രങ്ങളിൽ ഞാൻ നടത്തിയ പ്രാരംഭ വായനയാണ് അതിനു കാരണമായിത്തീർന്നത് - പ്രത്യേകിച്ചും ആധുനിക പൂർവ്വ സമൂഹങ്ങളിലും മതസംബന്ധമായ സാമൂഹ്യശാസ്ത്രത്തിലും ഉള്ള രാഷ്ട്രീയ നിർവ്വഹണത്തെക്കുറിച്ചുള്ള വിവരങ്ങൾ. ബുദ്ധിസ്റ്റ് ഭരണസംവിധാനത്തെക്കുറിച്ചുള്ള എസ് ജെ താംബിയയുടെയും (S J Tambiah) ലെസ്ലി ഗുണവർദ്ധനയുടെയും പഠനങ്ങൾ ഏറ്റവും സഹായകങ്ങളായിരുന്നു. എന്നാൽ അവ മാതൃകകൾ കാണിച്ചു തരുന്നതിനേക്കാൾ ചോദ്യങ്ങൾ തൊടുത്തുവിടുന്നതിനാണ് സഹായകമായിത്തീർന്നത്. തങ്ങളുടെ സ്രോതസ്സുകളെക്കുറിച്ച് ഈ പണ്ഡിതന്മാർ ഉന്നയിച്ച ചോദ്യങ്ങളിലും അവർ ഇവയെയെല്ലാം തമ്മിൽ എങ്ങനെയാണ് ബന്ധിപ്പിച്ചിരുന്നത് എന്നതിലും ആണ് എനിക്ക് താല്പര്യമുണ്ടായിരുന്നത്. കാരണം, പുതിയ ചോദ്യങ്ങൾ ചോദിക്കുന്നതിന് ഒരാൾ പഠിക്കുന്നതിനുള്ള ഒരു മാർഗ്ഗം അതായിരുന്നു.

സ്വീകാര്യമായിരുന്നില്ല അതെന്നുണ്ടോ?

അല്ല. ഒട്ടുമേയല്ല. ലഭിച്ച വിവരങ്ങളെക്കുറിച്ച് കൂലങ്കഷമായി വിലയിരുത്തുന്നതിനുള്ള പുതിയ മാർഗ്ഗങ്ങൾ മനസ്സിലാക്കുന്നതിനും മൂർച്ചയുള്ള കൂടുതൽ ചോദ്യങ്ങൾ ചോദിക്കുന്നതിനും വേണ്ടിയായിരുന്നു അത്.

ഭൂതകാലത്തെക്കുറിച്ച് മനസ്സിലാക്കുന്നതിനായി, താങ്കൾ, താങ്കളുടെ സ്രോതസ്സുകളെയും വായനകളെയും അഗാധമായ പഠനത്തിന് വിധേയമാക്കുമ്പോൾ സ്രോതസ്സുകളെ ചോദ്യം ചെയ്യുക മാത്രമല്ല, അവയോട് ഒട്ടൊക്കെ അനാദരവ് തോന്നുകയും ഉണ്ടായിട്ടുണ്ട് എന്ന് താങ്കൾ പറയുമോ? ആ സ്വഭാവം ഉണ്ടാക്കേണ്ടതുണ്ടോ.

ഓ, തീർച്ചയായും. ഒരു ചരിത്രകാരൻ എന്ന നിലയിലുള്ള എന്റെ ആദ്യകാല പ്രവർത്തനങ്ങൾക്കിടയിൽ, ബുദ്ധമതഗ്രന്ഥങ്ങളിൽ സവിശേഷ പാണ്ഡിത്യമുള്ള ഒരു വ്യക്തി, ഒരു സെമിനാറിൽ ഞാൻ അവതരിപ്പിച്ച ഒരു പ്രബന്ധത്തെ വിമർശിച്ചുകൊണ്ട് പറഞ്ഞ കാര്യം ഞാൻ ഓർക്കുന്നു. എന്റെ സ്രോതസ്സുകളെക്കുറിച്ച് കൂടുതൽ സംശയാലുവാകാൻ ഞാൻ പഠിക്കണം, പ്രത്യേകിച്ചും പ്രാരംഭ വായനകളിൽ സ്രോതസ്സുകളുടെ വിശ്വസനീയത പരീക്ഷിക്കാൻ എനിക്കു കഴിയുന്നതുവരെ ഞാൻ സംശയാലുവായിരിക്കണം എന്നാണ് അദ്ദേഹം പറഞ്ഞത്.

ഇന്ത്യയിൽ പഴയകാലത്തെ ദിവ്യപ്രഭാവമുള്ള ഏതെങ്കിലും വ്യക്തിയെയോ അഥവാ ഏതെങ്കിലും പഴയ പാരമ്പര്യങ്ങളെയോ നിങ്ങൾ വിമർശിക്കുകയാണെങ്കിൽ നിങ്ങൾ ഒരു 'വില്ല'നായി മുദ്രകുത്തപ്പെടുന്നു?

എന്നാൽ ഒരാളെ ശരിക്കും ആ വിധത്തിലല്ല നോക്കേണ്ടത്. ഞാൻ നിങ്ങളെ മനസ്സിലാക്കാൻ ശ്രമിക്കുകയാണെങ്കിൽ, ഞാൻ നിങ്ങളെ ആദ്യമായിട്ടാണ് കണ്ടുമുട്ടുന്നതെങ്കിൽ, ഞാനെന്താണ് ചെയ്യുക? ഞാൻ നിങ്ങളുടെ ജീവിതത്തെക്കുറിച്ചും നിങ്ങളുടെ പശ്ചാത്തലത്തെക്കുറിച്ചും ചോദ്യങ്ങൾ ചോദിക്കും. എങ്ങനെയുള്ള വ്യക്തിയാണ് നിങ്ങൾ എന്ന് അതിൽ നിന്ന് അറിയാൻ കഴിയും. ഞാൻ നിങ്ങളെ വിലയിരുത്താൻ ശ്രമിക്കുന്നു. തുടക്കത്തിലുള്ള അനശ്ചിതത്വം വിശ്വാസത്തിന് വഴിമാറുന്നു; അഥവാ തള്ളിക്കളയുന്നതിലേക്ക് ചെന്നെത്തുന്നു.

ഗ്രന്ഥങ്ങളായ സ്രോതസ്സുകൾ, സുഹൃത്തുക്കളെപ്പോലെയാണ്. നിങ്ങൾ ഗവേഷണം നടത്തിക്കൊണ്ടിരിക്കുന്ന വ്യക്തിയെക്കുറിച്ച്, അഥവാ സംഭവത്തെക്കുറിച്ച്, അവ നിങ്ങൾക്ക് പറഞ്ഞുതരുന്നു. അവ പറഞ്ഞുതരുന്ന കാര്യങ്ങളുടെ സത്യസന്ധത സ്ഥിരീകരിക്കപ്പെടേണ്ടതുണ്ട്; അതുവെച്ച് ആരംഭിക്കാമെന്ന് കരുതരുത്.

ഈ വായനകളെല്ലാം ഞാൻ നടത്തിയപ്പോൾ, ഞാൻ പല പുതിയ ചോദ്യങ്ങളും ചോദിച്ചു തുടങ്ങി എന്നതാണ് എന്നെ സംബന്ധിച്ചിടത്തോളം ഉണ്ടായ ഒരു കാര്യം. അടിസ്ഥാനപരമായ രണ്ട് പരിപ്രേക്ഷ്യങ്ങളിലാണ് എനിക്ക് താല്പര്യമുണ്ടായിരുന്നത്. ഈ ഗ്രന്ഥങ്ങൾ നോക്കിക്കൊണ്ട് (ഉദാഹരണത്തിന് *അർത്ഥശാസ്ത്രം*) ഞാൻ ചോദിച്ചു: "മൗര്യസാമ്രാജ്യം യഥാർത്ഥത്തിൽ ഇതുപോലെത്തന്നെയായിരുന്നുവോ?

എല്ലാം കേന്ദ്രീകൃതമായിരുന്നുവോ? പൂർണ്ണമായ നിയന്ത്രണത്തിൻ കീഴിലായിരുന്നുവോ? അർത്ഥശാസ്ത്രത്തിൽ വിഭാവനം ചെയ്യപ്പെട്ടിരുന്ന വിധത്തിൽ, എത്രമാത്രം വ്യാപ്തിയിൽ ഇത് സഫലീകരിക്കപ്പെട്ടിരുന്നു? അഥവാ സഫലീകരിക്കപ്പെട്ടിരുന്നില്ല? മൗര്യസാമ്രാജ്യം ഒരു വ്യവസ്ഥ എന്ന നിലയിൽ എങ്ങനെയാണ് പ്രവർത്തിച്ചുകൊണ്ടിരുന്നത് എന്ന് മനസ്സിലാക്കുക എന്നതായിരുന്നു രണ്ടാമത്തെ കാര്യം. നികുതി സമാഹരണത്തിന്റെ കാര്യം പരിഗണിക്കുമ്പോൾ (എല്ലാ രാഷ്ട്രങ്ങളും നികുതിയെയാണ് ആശ്രയിച്ചുകൊണ്ടിരുന്നത്) കൃത്യമായും അതെങ്ങനെയാണ് നിർവ്വഹിക്കപ്പെട്ടിരുന്നത്? ആരാണ് നികുതിപിരിക്കാൻ പോയിരുന്നത്? നികുതി ഏർപ്പെടുത്തപ്പെട്ട ഭൂമിയുടെ സ്വഭാവം എന്തായിരുന്നു? നികുതി പിരിച്ചിരുന്നത് പണമായിട്ടോ അതോ സാധനമായിട്ടോ? സാധനമായിട്ടാണെങ്കിൽ അതെങ്ങനെയാണ് സൂക്ഷിക്കപ്പെട്ടിരുന്നത്? അത് എത്തിക്കേണ്ട സ്ഥലങ്ങളിലേക്ക് എങ്ങനെയാണ് കൊണ്ടുപോയിരുന്നത്? അങ്ങനെ പല ചോദ്യങ്ങളും ഉണ്ടായിരുന്നു.

ഇന്ത്യക്ക് ഒരു ശക്തമായ ഗവൺമെന്റ് ആവശ്യമുണ്ട് എന്നാണോ യഥാർത്ഥത്തിൽ 1950 കളിൽ താങ്കൾ പറഞ്ഞിരുന്നത്? നമുക്ക് പിന്നിൽ ശക്തമായ ഒരു ഭരണത്തിന്റെ പാരമ്പര്യം ഉണ്ടായിരുന്നുവെന്ന് താങ്കൾക്ക് കാണിക്കാനും കഴിയും. യഥാർത്ഥത്തിൽ ഭൂതകാലത്തെ, വർത്തമാനകാലത്തിന് ആവശ്യമാണ്.

വർത്തമാനകാലത്തെ ന്യായയുക്തമാക്കുന്നതിന് ചരിത്രം എല്ലായ്പ്പോഴും ആവശ്യമാണ്. ഭൂതകാലത്തെകുറിച്ച് മനസ്സിലാക്കുന്നതിനേയും വിശദീകരിക്കുന്നതിനേയുംകുറിച്ച് ഞാൻ പറഞ്ഞുകൊണ്ടിരുന്നപ്പോൾ അതെന്റെ ബൗദ്ധികമായ ജിജ്ഞാസകൊണ്ടായിരുന്നു എന്നാണ് ഞാൻ ഉദ്ദേശിക്കുന്നത്. എന്നാൽ ഭൂതകാലത്തെ രാഷ്ട്രീയമായി ഉപയോഗപ്പെടുത്തുന്നത് എങ്ങനെയാണെന്നത്, ഏറ്റവും പ്രധാനപ്പെട്ട, ഉൽക്കണ്ഠാജനകമായ വിഷയം തന്നെയാണ്; അക്കാര്യം അവഗണിക്കാൻ കഴിയില്ല. നിങ്ങൾ അതിനെ ചോദ്യം ചെയ്തു തുടങ്ങുമ്പോൾ നിങ്ങൾ ഇങ്ങനെ പറയും: ''നമുക്ക് വീണ്ടും കൗടില്യനെത്തന്നെ നോക്കാം. രാജാവിന്റെ കല്പന നടപ്പാക്കപ്പെടണം എന്നദ്ദേഹം പറയുമ്പോൾ, രാജാവിന്റെ മുദ്ര വെച്ച കല്പന പാടലീപുത്രത്തിൽനിന്ന് തക്ഷശിലയിലേക്ക് കൊണ്ടുപോകേണ്ടിവരും. അതിന് എത്രകാലം വേണ്ടിവന്നിരുന്നിരിക്കും?'' ഒരു പക്ഷേ, രണ്ടുമാസക്കാലം. ഇതിനിടയിൽ തക്ഷശിലയിലെ രാജപ്രതിനിധി തീരുമാനം എടുത്തു കഴിഞ്ഞിട്ടുണ്ടായിരിക്കും.

ഉദാഹരണത്തിന്, മുഗൾ ഭരണകാലത്ത് (ആ കാലത്തെക്കുറിച്ച് നമുക്ക്

കൂടുതൽ അറിവു തരുന്ന രേഖകളുണ്ടല്ലോ) ആഗ്രയിൽനിന്നോ ഡൽഹിയിൽനിന്നോ ഖാണ്ഡഹാറിലേക്ക് എങ്ങനെയാണ് വിവരങ്ങൾ എത്തിച്ചിരുന്നത് എന്ന് നമുക്ക് താരതമ്യം ചെയ്യാൻ കഴിയുമോ? താരതമ്യപഠനം നടത്തുന്നതിന്, അതുവഴി കഴിയുമല്ലോ.

ഏറക്കുറെ രണ്ട് സഹസ്രാബ്ദങ്ങളുടെ കാലഘട്ടത്തിനുള്ളിൽ വാർത്താവിനിമയ സാങ്കേതികവിദ്യയിൽ ഉണ്ടായ മാറ്റത്തെക്കുറിച്ച്, അപ്പോൾ നമുക്ക് പരിഗണിക്കേണ്ടിവരും. കൂടുതൽ വേഗതയേറിയ 'ഓട്ടക്കാരു'ടെ ഒരു സംവിധാനം തന്നെ അക്കാലത്തുണ്ടായിരുന്നുവോ? അഥവാ കുതിരകളെ കൂടുതൽ വേഗത്തിൽ മാറ്റുന്നതിനുള്ള സംവിധാനം? വനപ്രദേശങ്ങളിലൂടെയുള്ള നിരത്തുകൾ കൂടുതൽ നല്ല നിലയിൽ നിർമ്മിക്കപ്പെട്ടവയും സംരക്ഷിക്കപ്പെട്ടവയും ആയിരുന്നുവോ? യാത്രാ മാർഗ്ഗത്തിനിടയിൽ കൂടുതൽ വിശ്രമത്താവളങ്ങൾ ഉണ്ടായിരുന്നുവോ? അങ്ങനെ പലതും പരിഗണിക്കേണ്ടിവരും. അതായത് ചരിത്രത്തിന്റെ ചില അടിസ്ഥാനവശങ്ങൾ പരിശോധിച്ചുകൊണ്ടാണ് പലപ്പോഴും നിങ്ങൾ ആരംഭിക്കുന്നത് - അത്രയൊന്നും പ്രധാനപ്പെട്ടവയല്ല എന്ന് ആളുകൾ പറയുന്ന കാര്യങ്ങളാണ് അവ. ഒരു രാജകല്പന യഥാസ്ഥാനത്ത് എത്തിക്കുന്നതിന് എത്രകാലം എടുക്കും? ഇത് പ്രധാനപ്പെട്ടതാണ്. കാരണം അന്നത്തെ വ്യവസ്ഥയുടെ എല്ലാ വശങ്ങളും പരിശോധിക്കുന്നതിലേക്കും അത് എത്രമാത്രം സങ്കീർണ്ണമായിരുന്നുവെന്ന് മനസ്സിലാക്കുന്നതിലേക്കും അത് ചെന്നെത്തുന്നു. അന്നത്തേത് വളരെയധികം കേന്ദ്രീകൃതമായ ഒരു ഭരണവ്യവസ്ഥയായിരുന്നു എന്ന് വിശദീകരിക്കുന്നത് അപ്പോൾ ഉചിതമായിരിക്കുമോ?

നിങ്ങൾക്ക് ചുമ്മാ ഒരു കല്പന പുറപ്പെടുവിക്കുവാൻ കഴിയുകയില്ല. വിസ്തൃതമായ മൗര്യൻ രാഷ്ട്രത്തിന്റെ ഇങ്ങേയറ്റം മുതൽ അങ്ങേയറ്റം വരെ അത് അക്ഷരംപ്രതി നടപ്പാക്കപ്പെട്ടിരുന്നില്ല.

അങ്ങനെയാണെങ്കിൽ നിങ്ങൾ അക്കാര്യം വീണ്ടും പരിഗണിക്കണം. ഞാനും അങ്ങനെ ചെയ്യുകയുണ്ടായി. ഞാനിങ്ങനെ പറഞ്ഞു: ''ഇല്ല. കല്പനയെത്തിക്കുന്നതിന് എടുത്ത സമയത്തിൽ വ്യത്യാസമുണ്ടായിരിക്കും. തക്ഷശിലയിലുള്ള ഉദ്യോഗസ്ഥനും കലിംഗത്തിലുള്ള ഉദ്യോഗസ്ഥനും അയച്ചത് ഒരേ കല്പന തന്നെയായിരിക്കണമെന്നുമില്ല''. അതുകൊണ്ട് ഔദ്യോഗിക ആവശ്യങ്ങളുമായി ബന്ധപ്പെട്ടുകൊണ്ടുള്ള പ്രാദേശിക സ്ഥിതിഗതികൾക്കനുസരിച്ച് വേർതിരിക്കപ്പെട്ട ഒരു ഭരണവ്യവസ്ഥയെക്കുറിച്ച്, നമുക്ക് ബദൽ മാർഗ്ഗത്തിലൂടെ ചിന്തിക്കാവുന്നതാണ്.

അന്ന് കേന്ദ്രീകൃതമായ ഒരു വ്യവസ്ഥയുണ്ടായിരുന്നു; കൗടില്യൻ അതിനുവേണ്ടി വാദിച്ചുകൊണ്ടിരുന്നു. എന്നാൽ വൈവിദ്ധ്യമാർന്ന

സാമ്രാജ്യത്തിലുടനീളം അതു നടപ്പാക്കുന്നതിനുപകരം, ഒരുപക്ഷേ, കൂടുതൽ പരിമിതമായ ഒരു പ്രദേശത്ത് അത് നടപ്പാക്കപ്പെട്ടിരുന്നിരിക്കണം. “ആസ്ഥാന നഗരരാഷ്ട്രം” (Metropolitan State) എന്നാണ് ഞാൻ ഇതിനെ വിളിച്ചത്. അതിനുപുറമെ, അടുത്ത ബന്ധം ഉണ്ടായിരുന്നവയെങ്കിലും അത്രത്തോളം കേന്ദ്രീകൃതമായ നിയന്ത്രണം ഇല്ലാതിരുന്ന സുപ്രധാന പ്രദേശങ്ങളും ഉണ്ടായിരുന്നു. പ്രവിശ്യാ ഭരണസംവിധാനങ്ങൾ അതത് പ്രാദേശികതലങ്ങളിൽ ഇതിനേക്കാളൊക്കെയധികം തീരുമാനങ്ങൾ കൈക്കൊണ്ടിരുന്നിരിക്കാനും സാദ്ധ്യതയുണ്ട്. എന്നാൽ ഭരണാധിപനിൽനിന്ന് നിർദ്ദേശം ലഭിക്കേണ്ടിയിരുന്ന വിഭാഗങ്ങളിൽപ്പെട്ട ചില തീരുമാനങ്ങളും ഉണ്ടായിരുന്നു. അവസാനമായി, ചിന്നിച്ചിതറിക്കിടക്കുന്ന അതിർത്തി പ്രദേശങ്ങളും ഉണ്ടായിരുന്നു. ഇവയുമായി നിരന്തരമായ ബന്ധങ്ങൾ ഇല്ലായിരുന്നുവെങ്കിലും പ്രാദേശിക ഉദ്യോഗസ്ഥന്മാർ ഇവിടങ്ങളിൽനിന്ന് രാജ്യത്തിനുവേണ്ടി പ്രാദേശിക ഉല്പന്നങ്ങൾ സംഭരിച്ചിരുന്നു. വനപ്രദേശങ്ങളും ഉണ്ടായിരിക്കും - അവിടെ വനവാസികൾ ജീവിച്ചിരുന്നു. ഒരർത്ഥത്തിൽ പറഞ്ഞാൽ ഏകീകൃതവും കേന്ദ്രീകൃതവുമായ നിയന്ത്രണത്തെ അമ്പതുകൊല്ലം മുമ്പ് ഞാൻ പോലും പിന്തുണച്ചിരുന്നുവെങ്കിലും, പില്ക്കാലത്ത് ഞാനതിനെ വീണ്ടും പരിശോധിച്ചപ്പോൾ, വ്യത്യസ്ത രീതിയിലുള്ള ഭരണസംവിധാനത്തിന്റെ ചിത്രമാണ് കൂടുതൽ യോജിച്ചതെന്ന് എനിക്ക് തോന്നുന്നു.

എന്നാൽ, ഒരു കാര്യം ഞാൻ വ്യക്തമാക്കട്ടെ. ഭരണപരമായ രീതികളിലുള്ള വ്യത്യാസത്തെക്കുറിച്ചാണ് ഞാൻ പറയുന്നത്; അധികാരത്തിന്റെ കാര്യത്തിലുള്ള ഭരണാധികാരിയുടെ പരിപ്രേക്ഷ്യത്തിലുള്ള വേർതിരിവിനെക്കുറിച്ചല്ല. മർമ്മസ്ഥാനങ്ങളിലോ അഥവാ അതിർത്തി പ്രദേശങ്ങളിലോ ഭരണാധികാരിക്കുണ്ടായിരുന്ന അധികാരങ്ങൾ പ്രതീകാത്മകം മാത്രമായിരുന്നുവെന്നും അദ്ദേഹത്തിന്റെ പദവി അനുഷ്ഠാനങ്ങളിലൂടെയായിരുന്നു എടുത്തു കാണിക്കപ്പെട്ടിരുന്നത് എന്നും അല്ല ഞാൻ വാദിക്കുന്നത്. വ്യത്യസ്തമായ സമ്പദ്‌വ്യവസ്ഥകളോടും സമുദായങ്ങളോടും കൂടിയ പ്രദേശങ്ങളിൽ ഭരിക്കുന്നതിന്, ഒരേ ഭരണാധികാരി തന്നെ ഉപയോഗിച്ചിരുന്ന വ്യവസ്ഥകളിൽ ചില വ്യത്യാസങ്ങൾ കാണാൻ കഴിയുമായിരുന്നു എന്നതിനാണ് എന്റെ വാദത്തിൽ ഞാൻ ഊന്നൽ നല്കുന്നത്. നൂറ്റാണ്ടുകൾ കഴിയുന്തോറും ഗതാഗത - വാർത്താവിതരണ മാർഗ്ഗങ്ങൾ മെച്ചപ്പെടുകയും പ്രാന്തവല്ക്കരിക്കപ്പെട്ട പ്രദേശങ്ങൾ വ്യവസ്ഥാപിതമാക്കപ്പെടുകയും ചെയ്തതോടെ, ഇത് കൂടുതൽ ഏകീകൃതമാവാൻ തുടങ്ങും എന്ന കാര്യത്തിൽ സംശയമില്ല. അതുകൊണ്ട്, മൗര്യസാമ്രാജ്യത്തെ അപേക്ഷിച്ച് ഗുപ്ത സാമ്രാജ്യത്തിൽ കുറച്ചൊക്കെ വ്യത്യസ്തമായ ഭരണരീതി ഉണ്ടായിരുന്നിരിക്കാനിടയുണ്ട്.

കേന്ദ്രീകരണത്തേക്കാൾ ഒട്ടും പ്രാധാന്യം കുറഞ്ഞതല്ല അനുരഞ്ജനങ്ങളും. വിവിധ മേഖലകളോട്, വ്യത്യസ്തമായ ഊന്നലുകളോടുകൂടിയ, വ്യത്യസ്തമായ സമീപനങ്ങൾ അശോകന്റെ കാര്യത്തിൽ നമുക്ക് കാണാവുന്നതാണ്. താങ്കൾ ആരംഭിച്ച അതേ കാര്യം തന്നെ ഒരിക്കൽക്കൂടി ഉയർന്നുവരുന്നു - ഏകാത്മകത ഉണ്ടായിരുന്നില്ല, മറിച്ച് മേഖലകളുടെ നാനാത്വവും ബഹുലതയും ആണ് ഉണ്ടായിരുന്നത് എന്ന കാര്യം രാജർഷിയായി എല്ലായ്പ്പോഴും കണക്കാക്കപ്പെട്ടുവരുന്ന അശോകന്റെ കാര്യത്തിൽ, താങ്കളിത് വ്യക്തമായിത്തന്നെ കാണിച്ചുതരുന്നുണ്ട്. വനവാസികളോട് അശോകൻ ഉപയോഗിച്ചിരുന്ന സ്വരം, മറ്റുള്ളവരുടെ നേരെ എടുക്കുന്ന സ്വരത്തിൽനിന്ന് വളരെ വ്യത്യസ്തമായിരുന്നു. യഥാർത്ഥത്തിൽ വനവാസികളുടെ നേരെയുള്ള അദ്ദേഹത്തിന്റെ സംസാരം, ശരിക്കും ഭീഷണിയുടെ രൂപത്തിലുള്ളതു തന്നെയായിരുന്നു. വനവാസികൾ ഇന്നും അതേ വിധത്തിൽ പ്രാന്തവല്ക്കരിക്കപ്പെട്ട വിഭാഗമെന്ന നിലയിലാണല്ലോ കൈകാര്യം ചെയ്യപ്പെട്ടുവരുന്നത്?

വനവാസികളെ മറ്റാളുകൾ കൈകാര്യം ചെയ്യുന്ന രീതി കണ്ടാൽ, അവർ ഇപ്പോഴും അശോകന്റെ ഉദ്യോഗസ്ഥന്മാരാണെന്ന് നിങ്ങൾ കരുതുന്നുണ്ടാവും.

വളർച്ചയുടെ അടിസ്ഥാനത്തിൽ എല്ലാറ്റിനേയും ന്യായീകരിക്കുകയാണെങ്കിൽപ്പിന്നെ, വനവാസികളുടെ പ്രാന്തവല്ക്കരണം തുടരുക തന്നെ ചെയ്യും. പ്രാചീന സമൂഹത്തിലെ കടുത്ത അസമത്വത്തിന്റെ വെളിച്ചത്തിൽ പ്രാചീന ഇന്ത്യയിൽ 'സുവർണ്ണയുഗം' നിലവിലുണ്ടായിരുന്നുവെന്ന വാദത്തെ താങ്കൾ വിമർശിച്ചു. ഈ സമീപനം സ്വീകരിച്ചതിന്റെ പേരിൽ, താങ്കൾ ഒരു 'വില്ല'നായിട്ടാണ് കണക്കാക്കപ്പെട്ടത് എന്ന് എനിക്കുറപ്പുണ്ട്.

ചില വിഭാഗം ആളുകൾ എന്നെ അങ്ങനെ കണക്കാക്കുക തന്നെ ചെയ്തു. എന്നാൽ അങ്ങനെ മുദ്ര കുത്തപ്പെട്ട ചില നല്ല ചരിത്രകാരന്മാർ വേറെയും ഉണ്ട് എന്നതിനാൽ, നല്ലവരുടെ കൂട്ടത്തിലാണ് ഞാൻ. നിങ്ങൾ കാണേണ്ട കാര്യം ഇതാണ്: 'സുവർണ്ണയുഗം' എന്ന ആശയത്തെ ചോദ്യം ചെയ്യുന്ന ചരിത്രകാരന്മാർ, അങ്ങനെ ചെയ്യുന്നത്, അന്ന് നിലനിന്നിരുന്ന പ്രതാപത്തിന്റെ സാധുതയെ തകർക്കുന്നതിന് ശ്രമിക്കുന്നതുകൊണ്ടല്ല; മറിച്ച് ഈ വിവരണത്തിന്റെ സ്വഭാവം ആരാഞ്ഞറിയുന്നതിനും ഈ ആശയം കൂടുതൽ കൂലങ്കഷമായി പരിശോധിക്കുന്നതിനും അവർ ശ്രമിക്കുന്നു എന്നതുകൊണ്ടാണ്. ഇത് ചെയ്യുന്നതിന് ചോദ്യങ്ങൾ ചോദിക്കേണ്ടതായിവരും. നിങ്ങൾ പ്രകൃതിദൃശ്യങ്ങൾ വീക്ഷിച്ചുകൊണ്ട് വനത്തിലൂടെ നടക്കുകയാണെങ്കിൽത്തന്നെ, നിങ്ങൾക്ക് സ്വയം

ഇങ്ങനെ ചോദിക്കേണ്ടി വരും: ''ഞാൻ എങ്ങോട്ടാണ് പോകുന്നത്? ഏതു ദിശയിലൂടെയാണ് പോകുന്നത്? മരങ്ങളിൽനിന്നും സസ്യങ്ങളിൽനിന്നും ഞാൻ പഠിക്കുന്നതെന്താണ്?'' ചരിത്രകാരനും ചെയ്യുന്നത് ഇതുതന്നെയാണ്. ചരിത്രകാരൻ അറിയപ്പെടുന്ന പ്രകൃതിദൃശ്യത്തിൽനിന്ന് അറിയപ്പെടാത്തതിലേക്ക് നീങ്ങിക്കൊണ്ടിരിക്കുകയാണ്. ഈ പ്രകൃതിദൃശ്യത്തെ കൂടുതൽ മെച്ചപ്പെട്ട വിധത്തിൽ നിർവ്വചിക്കുന്നതിനും വനത്തിൽ നിന്ന് പുറത്തേക്കുള്ള വഴി കണ്ടുപിടിക്കുന്നതിനുംവേണ്ടി മറ്റ് ചോദ്യങ്ങളും ചോദിക്കേണ്ടിവരും എന്ന് ചരിത്രകാരൻ പറയുന്നു. പലർക്കും മനസ്സിലാവാത്ത ഒരു കാര്യമാണിത്.

9

ഉദാരമൂല്യങ്ങൾ നഷ്ടപ്പെടുന്നു

കഴിഞ്ഞ കാൽനൂറ്റാണ്ടിനിടയ്ക്ക് ഇന്ത്യക്കാർക്കിടയിൽ, അഭിപ്രായ വ്യത്യാസങ്ങളോടും പരിപ്രേക്ഷ്യങ്ങളിലുള്ള വ്യത്യാസങ്ങളോടും അസഹിഷ്ണുത വർദ്ധിച്ചുവരുന്നതായി താങ്കൾ കാണുന്നില്ലേ? പ്രൊഫഷണൽ ചരിത്രകാരന്മാരെക്കുറിച്ചല്ല ഞാൻ പറയുന്നത്. അവർക്കിടയിൽ ആരോഗ്യകരമായ ചർച്ച ഇപ്പോഴും തുടർന്നുകൊണ്ടിരിക്കുന്നുണ്ട്. എന്നാൽ വിവാദപരമായ രീതിയിലുള്ള ഇന്ത്യക്കാരുടെ പാരമ്പര്യത്തിന്റെ സ്ഥിതി എന്താണ്? ചരിത്രപരമായ ധാരണയുടെ അടിസ്ഥാനത്തിൽ, ഇക്കാലത്ത് താങ്കൾ വിവാദപരമായ രീതിയിലുള്ള ഇന്ത്യക്കാരെ കാണാതിരിക്കുകയാണോ?

അല്ല. എന്നെ ദുഃഖിതയാക്കുന്നത് ഉദാരമൂല്യങ്ങളുടെ നഷ്ടമാണെന്ന് ഞാൻ കരുതുന്നു. സ്വാതന്ത്ര്യം ലഭിച്ച്, അറുപതിലധികം വർഷം കഴിഞ്ഞ്, ഇപ്പോൾ, ഈ മൂല്യങ്ങൾ വളരെ വ്യാപകമാകുമെന്ന് ഞാൻ വിചാരിച്ചിരുന്നു. എന്നാൽ അതല്ല സംഭവിച്ചത്. ഉദാരമൂല്യങ്ങളെ പരിപോഷിപ്പിക്കുന്നവരുടെ സംഖ്യ ഇന്ന് വളരെ കുറവാണ്. യഥാർത്ഥത്തിൽ അവർ, അത്യന്തം ചെറിയ ന്യൂനപക്ഷമായി മാറിക്കഴിഞ്ഞിരിക്കുന്നു. നമ്മെ അഭിമുഖീകരിക്കുന്ന പ്രശ്നങ്ങളെക്കുറിച്ച് വിമർശനാത്മകമായി ചിന്തിക്കാൻ ആളുകൾ വൈമനസ്യം കാണിക്കുന്നുവെന്നതാണ് ഉൽക്കണ്ഠാജനകമായ കാര്യം. തങ്ങൾക്ക് നീട്ടിക്കിട്ടുന്നത് അവർ സ്വീകരിക്കുന്നു. സ്വതന്ത്രമായി ചിന്തിക്കുന്നതിനും തങ്ങൾക്കു ചുറ്റുമുള്ള ലോകത്തെ ചോദ്യം ചെയ്യുന്നതിനും വേണ്ട പ്രചോദനം, വിദ്യാഭ്യാസം യുവാക്കൾക്ക് നല്കുന്നില്ല. തങ്ങളോട് എന്താണോ പറയുന്നത്, അതിനെ ചോദ്യം ചെയ്യാൻ നില്ക്കാതെ, യുക്തിയുടെ അടിസ്ഥാനത്തിൽ അതിനെക്കുറിച്ച് ചിന്തിക്കാൻ നില്ക്കാതെ, അതെല്ലാം യുവാക്കൾ വിശ്വസിക്കുന്നു. അതാണ് ഏറെ ഖേദകരമായ കാര്യം.

''ഇന്റർനെറ്റ് സർച്ചി''നെ ആശ്രയിക്കുകയും അതിലുള്ളത് എന്തും വിശ്വസനീയമായ കാര്യമാണെന്ന് കരുതുകയും ചെയ്യുക എന്നതാണ് ഒരു തരത്തിലുള്ള വിശ്വാസം.

അതെ. ഇന്റർനെറ്റിലേക്ക് എല്ലാ തരത്തിൽപ്പെട്ട ആളുകളും സംഭാവന ചെയ്യുന്നുണ്ട് എന്നതാണ് അതിനുകാരണം. വേണ്ടത്ര പരിജ്ഞാനമുള്ളതും ചിന്തോദ്ദീപകവുമായ ലേഖനങ്ങൾ തൊട്ട് ഫലത്തിൽ അറിവില്ലായ്മ വ്യക്തമാക്കുന്ന ലേഖനങ്ങൾ വരെ, അതിന് വ്യാപ്തിയുണ്ട്.

ഗുണനിലവാര നിയന്ത്രണം ഒട്ടും ഇല്ല എന്നല്ലേ?

അത് വളരെ വ്യക്തമാണല്ലോ. അതിലുള്ള വിവരം വിശ്വസനീയമാണോ അല്ലയോ എന്നതിനെ സംബന്ധിച്ച് ഒരാളും ഒരു അഭിപ്രായവും പറയുന്നില്ലെങ്കിൽ പരസ്യമായ ആ വിവരം അപകടസാദ്ധ്യതയുള്ളതാണ്. ഇത്തരം അപകടസാദ്ധ്യതയെക്കുറിച്ച് വേണ്ടത്ര ജാഗ്രതയുണ്ടാകുന്നില്ല. സ്കൂളുകളിൽവെച്ച് ബുദ്ധിപൂർവ്വമായ പഠനം ലഭിക്കുകയാണെങ്കിലേ, ആ ജാഗ്രത ഉണ്ടാവുകയുള്ളൂ.

അതേ അവസരത്തിൽത്തന്നെ, നിങ്ങൾക്ക് ഇന്റർനെറ്റിൽ എന്തു വേണമെങ്കിലും ഇടാം; അപ്‌ലോഡ് ചെയ്യാം. സ്വാധീനശക്തിയുള്ള പദവിയിൽ ഇരിക്കുന്ന ആളാണ് നിങ്ങളെങ്കിൽ, പ്രത്യേക വൈദഗ്ദ്ധ്യം ഒന്നും ആവശ്യമില്ലാതെതന്നെ അഭിപ്രായ നിർമ്മാണത്തിന് രൂപം നല്കുകയും ചെയ്യാം. ഇന്ത്യാ ചരിത്രത്തിന്റെ പഠനത്തിന്റെ കാര്യത്തിൽ വിദേശത്തു നിന്ന് ഇത് ചിട്ടയായിത്തന്നെ സംഭവിച്ചുകൊണ്ടിരിക്കുന്നുണ്ട്.

ഇന്നിപ്പോൾ സോഷ്യൽ മാധ്യമങ്ങൾ എല്ലായ്പ്പോഴും എടുത്തുദ്ധരിക്കപ്പെടുന്നു. എന്നാൽ മുമ്പൊക്കെ അവയ്ക്ക് ഇതിൽ എത്രയോ കുറഞ്ഞ ശ്രദ്ധയേ ലഭിച്ചിരുന്നുള്ളൂ. ഒരു രാഷ്ട്രീയ ചർച്ചയാകട്ടെ, അല്ലെങ്കിൽ മറ്റെന്തെങ്കിലുമാകട്ടെ, ഇന്ന് അവ നമ്മുടെ തൊട്ടുമുന്നിൽത്തന്നെയുണ്ട്. സോഷ്യൽ മാധ്യമങ്ങളും ഇന്റർനെറ്റും അച്ചടിമാധ്യമങ്ങളും ദൃശ്യമാധ്യമങ്ങളും ഇന്ന് അഭിപ്രായ നിർമ്മാതാക്കളായിരിക്കുന്നു. യുവാക്കളുടെമേൽ ഇവ പ്രത്യേകിച്ചും സ്വാധീനം ചെലുത്തുന്നുണ്ട് - യുവാക്കളുടെ കാര്യത്തിൽ നല്ല പുസ്തകങ്ങൾ വായിക്കുന്ന ശീലം അപകടകരമായവിധത്തിൽ കുറഞ്ഞുകൊണ്ടിരിക്കുകയാണല്ലോ. അതിനാൽ, ചരിത്രവായന എന്ന് പറഞ്ഞാൽ എന്താണ് ഉദ്ദേശിക്കുന്നതെന്ന് വിശദീകരിക്കുന്നതിനും ആരെപ്പറ്റിയെങ്കിലും (അല്ലെങ്കിൽ എല്ലാവരെപ്പറ്റിയും) ഉള്ള വെറും ആഖ്യാനം മാത്രമല്ല ചരിത്രമെന്നും മറിച്ച് ഒരു പഠനരീതിയും വിശകലനരീതിയും അപഗ്രഥനാത്മകമായ അന്വേഷണത്തിന്റെ രീതിയും ഉള്ള ഒരു പാഠ്യവിഷയമാണ് ചരിത്രം എന്നും വിശദീകരിക്കുന്നതിനും മേല്പറഞ്ഞ സോഷ്യൽ - ഇന്റർനെറ്റ് - അച്ചടി - ദൃശ്യമാധ്യമങ്ങളെ ഉപയോഗപ്പെടുത്തേണ്ടിയിരിക്കുന്നു. ഒരാൾക്ക് ഇങ്ങനെ പറയാം:

> ചരിത്രത്തിന്റെ അന്വേഷണ രീതികളുമായും അതിന്റെ അദ്ധ്യാപനത്തിന്റെ സൈദ്ധാന്തിക ധാരണകളുമായും നിങ്ങൾക്ക് സ്വയം വേണ്ടത്ര പരിചയം ലഭിക്കുന്നതിനുമുമ്പ്, ചരിത്രത്തെക്കുറിച്ചും ചരിത്രരചനയെക്കുറിച്ചും പ്രഖ്യാപനങ്ങൾ നടത്താൻ, ദയവു ചെയ്ത് മടി കാണിക്കുക. ഭൗതികം എന്ന (Physics) പാഠ്യവിഷയത്തെക്കുറിച്ച് നിങ്ങൾക്ക് അറിവില്ലെങ്കിൽ, ഭൗതികശാസ്ത്രജ്ഞന്റെ കണ്ടെത്തലുകളെക്കുറിച്ച് പ്രഖ്യാപനം നടത്താൻ നിങ്ങൾ മടി കാണിക്കുന്നതുപോലെ, ദയവുചെയ്ത് ചരിത്രകാരന്റെ കാര്യത്തിലും മടി കാണിക്കുക.

എന്നാൽ ചരിത്രം എന്ന വിഷയത്തെക്കുറിച്ച് മനസ്സിലാക്കിയിട്ടുണ്ടോ എന്നൊന്നും നോക്കാതെ ചരിത്രകാരന്റെ വീക്ഷണങ്ങളെക്കുറിച്ച് വിധിയെഴുതാൻ ഏതൊരാൾക്കും അവകാശമുണ്ടെന്ന അവസ്ഥയാണ് ഇന്നുള്ളത്. തുടർന്ന്, അതുമായി ചരിത്രകാരൻ യോജിക്കുന്നില്ലെങ്കിൽ, അദ്ദേഹത്തെ അധിക്ഷേപിക്കുന്നതിലേക്കും നീങ്ങുന്നു. ഈ അവകാശം നിഷേധിക്കണം എന്നല്ല ഞാൻ പറയുന്നത്; മറിച്ച് സ്വയം വിലയിരുത്തുന്നതിന്റെ കാര്യത്തിൽ അല്പം മിതത്വം പാലിക്കുന്നത് സഹായകമായിരിക്കും എന്നാണ്.

പ്രൊഫഷണൽ ചരിത്രത്തെ പൊതുജനങ്ങളുടെ അടുത്തേക്ക് കൊണ്ടുവരുന്നതിനും പൊതുയിടങ്ങൾക്ക് അത് കൂടുതൽ പ്രാപ്യമാക്കുന്നതിനും വേണ്ടിയുള്ള ശ്രമം കൂടി ഉണ്ടാവണം എന്നാണല്ലോ താങ്കൾ പറയുന്നത്.

അതുശരിയാണ്. ''ബൗദ്ധിക മദ്ധ്യസ്ഥന്മാർ'' എന്ന് ഞാൻ വിളിക്കുന്ന വിഭാഗത്തിന്റെ അഭാവമാണ് നമുക്കുള്ളത് എന്ന് നിങ്ങൾക്കറിയാമല്ലോ. യൂറോപ്പിലും അമേരിക്കയിലും ഈ വിഭാഗത്തെക്കുറിച്ച് അറിയാം. ഗഹനമായ ഗവേഷണ പ്രവർത്തനങ്ങൾ നടത്തുന്ന ഗവേഷകർ അവിടെയുണ്ട്; ആ വിഷയത്തെക്കുറിച്ച് അറിയാവുന്നവരും ജനകീയ തലത്തിൽ അതിനെ ഉയർത്തിക്കാണിക്കാൻ കഴിവുള്ളവരും ആയ മറ്റ് ആളുകളും ഉണ്ട്. അങ്ങനെ വരുമ്പോൾ....

.... എന്നാൽ ആ വിഷയത്തിന്റെ ഉള്ളടക്കത്തിലും കാർക്കശ്യത്തിലും അതിന്റെ അച്ചടക്കത്തിലും വെള്ളം ചേർക്കാതെതന്നെ.

.... അതിൽ വെള്ളം ചേർക്കാതെതന്നെ. മറിച്ച് ഗവേഷകരും പൊതുജനങ്ങളും തമ്മിലുള്ള ഒരു പാലം എന്ന നിലയിൽ പ്രവർത്തിച്ചു കൊണ്ട്. ഇങ്ങനെ പാലമായി നില്ക്കുന്ന വിഭാഗം ആളുകൾ ഇവിടെ നമുക്കില്ല. തങ്ങളുടെ വീക്ഷണം ഗവേഷകരുടെ വീക്ഷണത്തെ പ്രതിഫലിപ്പിക്കുന്നുവെന്ന് തറപ്പിച്ചു പറയുന്നവരുടെ (അവരുടെ പ്രസ്താവനകൾക്ക് ഗവേഷകരുടെ കണ്ടെത്തലുകളുമായി ഒട്ടും സാമ്യതയില്ലെ

ങ്കിൽത്തന്നെയും) വേഷം കെട്ടുന്ന ചിലർ, വിവരമില്ലാത്ത പൊതുജനങ്ങൾക്കിടയിലുണ്ട്. ഇത് ഭാഗികമായി വിദ്യാഭ്യാസം വളരെ കുറഞ്ഞതുകൊണ്ടോ അഥവാ മാധ്യമങ്ങളേയും ഇന്റർനെറ്റിനേയും വിവേചനരഹിതമായി ആശ്രയിക്കുന്നതുകൊണ്ടോ ആവാം ഒരു വിഷയത്തെ സംബന്ധിച്ച് മാധ്യമങ്ങൾക്ക് വിവരമില്ലെന്നുവരാം. എന്നാൽ തങ്ങളുടെ പരിപാടിക്ക് ഊർജ്ജസ്വലത പകരുന്നതിനുവേണ്ടി, കാഴ്ചക്കാർക്ക് എന്തെങ്കിലും നല്കണമെന്ന താല്പര്യം അവയ്ക്കുണ്ടായിരിക്കും. അതേപോലെത്തന്നെ, ഒരു പ്രത്യേക വീക്ഷണത്തെ എതിർക്കുന്നതിന് ആവശ്യമായ പ്രത്യയശാസ്ത്രപരമായ അഭിപ്രായം പലപ്പോഴും അവയ്ക്ക് പ്രചോദനം നല്കുന്നുമുണ്ടാകും.

10

ചരിത്രവസ്തുതകളും വൈകാരിക സമീപനങ്ങളും

ചരിത്രപരമായ ചില കണ്ടെത്തലുകൾ ഒരു സമുദായത്തിന്റെ വികാരങ്ങളെ വ്രണപ്പെടുത്തിയേക്കാം. അഥവാ വ്രണപ്പെടുത്തും, അതുകൊണ്ട് അത്തരം പ്രവർത്തനങ്ങളെ തെറ്റായി കണക്കാക്കുകയും നിരോധിക്കുകയും വേണം എന്ന അവകാശവാദം ഇതോടൊപ്പമാണ് വരുന്നത്. ഇത് വളരെ അപകടകരമായ ഒരു പ്രവണതയല്ലേ?

ഇത് വളരെ അപകടകരംതന്നെയാണ്. കാരണം ഓരോരുത്തരുടെയും അഥവാ ആരുടെയെങ്കിലും വികാരങ്ങൾ വ്യത്യസ്തമായ മാർഗ്ഗങ്ങളിലൂടെ വ്രണപ്പെടുത്തപ്പെടാവുന്നതാണ്. തങ്ങളുടെ സമുദായത്തിന് മുഴുവനും വേണ്ടിയാണ് തങ്ങൾ സംസാരിക്കുന്നതെന്ന് ഉറക്കെ പ്രഖ്യാപിക്കാൻ ഒരുപിടി ആളുകളിൽ അധികം ആവശ്യമില്ല. എന്താണ് സംഭവിക്കുന്നതെന്നുപോലും സമുദായത്തിലെ മറ്റുള്ളവർ അറിഞ്ഞിരിക്കണമെന്നില്ല. അല്ലെങ്കിൽ അവർ നിശ്ശബ്ദരായിരിക്കുകയായിരിക്കും; ഇതിലൊന്നും താല്പര്യമില്ലാത്തവരാകാം; അതുമല്ലെങ്കിൽ തങ്ങൾക്കുവേണ്ടിയാണ് സംസാരിക്കുന്നത് എന്ന് അവകാശപ്പെടുന്ന വിഭാഗങ്ങൾ അക്രമമഴിച്ചുവിട്ടെങ്കിലോ എന്ന് യഥാർത്ഥത്തിൽ ഭയന്ന് കഴിയുകയുമാവാം.

പുസ്തകങ്ങൾ നിരോധിക്കുക എന്നത് ഇന്ന് ഇന്ത്യൻ മനസ്സിൽ വലിയ വിനയായിത്തീർന്നുകൊണ്ടിരിക്കുകയാണ്. ഒരു പ്രൊഫഷണൽ ചരിത്ര പുസ്തകത്തിൽ ആക്ഷേപകരമായ എന്തെങ്കിലും ഉണ്ടെന്ന് ആരെങ്കിലും (ശരിയായ വിധത്തിൽപ്പോലും) കണ്ടെത്തിയാൽ, ആ പുസ്തകം നിരോധിക്കണം, അഥവാ കത്തിച്ചുകളയണം എന്ന മുറവിളി ഉടനെതന്നെ ഉയരുകയായി. ഒരു പുസ്തകം അരച്ചുചമ്മന്തിയാക്കുക എന്നത് ഇന്ന് ഇന്ത്യയിൽ ഒരു യാഥാർത്ഥ്യമായിത്തീർന്നിരിക്കുന്നു.

നാം യഥാർത്ഥത്തിൽ സഹിഷ്ണുതയുള്ളവരായിരുന്നുവെങ്കിൽ പഴയകാലത്ത് നാം ചെയ്തിരുന്നപോലെ, നാം ഇതൊക്കെ നമ്മുടെ കാല്ക്കീഴിൽ ഒരുക്കുമായിരുന്നുവെന്നതാണ് കാര്യം. ചില ബ്രാഹ്മണ ഗ്രന്ഥങ്ങൾ നോക്കുകയാണെങ്കിൽ ബ്രാഹ്മണവീക്ഷണങ്ങളെ എതിർക്കുന്നവരെക്കുറിച്ച് പ്രസ്താവിക്കുമ്പോൾ അവ തികച്ചും നിന്ദാഗർഭമായ ഭാഷ തന്നെയാണ് പ്രയോഗിച്ചിരുന്നത് എന്നാണ് ഞാൻ ഉദ്ദേശിക്കുന്നത്. അങ്ങനെ എതിർക്കുന്നവരെ 'നാസ്തികന്മാർ' എന്നും 'പാഷണ്ഡന്മാർ' എന്നും വിളിച്ചിരുന്നുവെന്ന് മാത്രമല്ല അവരെ 'മഹാമോഹി' എന്നും വഞ്ചകന്മാർ എന്നും ചതിയന്മാർ എന്നും ആളുകളെ തെറ്റായ മാർഗ്ഗത്തിലേക്ക് നയിക്കുന്നവർ എന്നും മറ്റും ആവർത്തിച്ചാവർത്തിച്ച് വിശേഷിപ്പിക്കുകയും ചെയ്തിരുന്നു. (രസകരമെന്നു പറയട്ടെ ഹിന്ദുത്വത്തെ പിന്തുണയ്ക്കുന്നവർ, ചരിത്രകാരന്മാരായ ഞങ്ങളിൽ ചിലരെക്കുറിച്ച് ശരിക്കും ഇതു തന്നെയാണ് പറയുന്നത്. ഒരു വ്യത്യാസമേയുള്ളൂ. അവർ ഞങ്ങളെ മാർക്സിസ്റ്റുകാർ എന്നുവിളിച്ചുകൊണ്ടേയിരിക്കുന്നു-ഞങ്ങൾ അങ്ങനെയാണോ അല്ലയോ എന്ന് നോക്കാതെയാണങ്ങനെ വിളിക്കുന്നത്) എന്നാൽ അത്തരം ആളുകളുടെ (ബുദ്ധമതക്കാരുടെയും ജൈനന്മാരുടെയും) വികാരങ്ങൾ ഇന്നും അഭിപ്രായങ്ങളാൽ വ്രണപ്പെട്ടിട്ടുണ്ടായിരിക്കാമെങ്കിലും ഇത്തരം പദങ്ങൾ പ്രയോഗിച്ച *വിഷ്ണുപുരാണം* പോലെയുള്ള അത്തരം ഗ്രന്ഥങ്ങൾ കത്തിച്ചുകളയണം എന്ന് അവർ ആവശ്യപ്പെട്ടിരുന്നതുമില്ല.

'പൂർവ്വപക്ഷം' എടുത്തുദ്ധരിച്ചുകൊണ്ട് അതിനെ 'ഉത്തരപക്ഷ'ത്തിലൂടെ നിരാകരിക്കുക എന്നതായിരുന്നുവല്ലോ ചർച്ചകളും സംവാദങ്ങളും സംബന്ധിച്ച, ലാക്ഷണികമായ ഇന്ത്യൻ പാരമ്പര്യം. എന്നാൽ ഇന്ത്യൻ പാരമ്പര്യത്തെ ബഹുമാനിക്കുന്നതിന്റെ പേരുംപറഞ്ഞ് ആ പാരമ്പര്യത്തെത്തന്നെ മറയത്തെറിയുകയാണ്. ഇത് ഇന്ത്യൻ പാരമ്പര്യമല്ല. ഇത് വേദനാജനകവും ആക്ഷേപകരവുമായ ഒന്നാണ്.

ഇത് ഭാഗികമായി ശരിതന്നെയാണ്. ചില അപവാദങ്ങളൊഴിച്ചാൽ, ഇന്ത്യൻ പാരമ്പര്യത്തെക്കുറിച്ചും ഇന്ത്യൻ മൂല്യങ്ങളെക്കുറിച്ചും ഏറ്റവും ഉറക്കെ സംസാരിക്കുന്നവർ, പലപ്പോഴും ഗ്രന്ഥങ്ങളുമായി യതൊരു പരിചയവും ഇല്ലാത്തവരായിരിക്കും എന്നതാണ് അതിന് കാരണം. തങ്ങളുടെ പാരമ്പര്യത്തെ ഗുളിക പ്രായത്തിലാക്കിത്തരുന്നതെന്ന് അവർ കണക്കാക്കുന്ന ഗ്രന്ഥങ്ങൾ (അവയുടെ മൂലരൂപത്തിലോ തർജ്ജുമയുടെ രൂപത്തിലോ) അവർ പലപ്പോഴും വായിച്ചിട്ടുതന്നെയുണ്ടാവില്ല. പാരമ്പര്യത്തിനുള്ളിലെ ഇത്തരം ആശയങ്ങളെക്കുറിച്ചും ഗ്രന്ഥങ്ങളെക്കുറിച്ചും ചർച്ചകൾ നടന്നിരുന്നുവെന്നകാര്യം അവർക്ക് അറിവുണ്ടാവുകപോലുമില്ല. അവർ ചില കാര്യങ്ങൾ സന്ദർഭത്തിൽനിന്ന് ചുമ്മാ അടർത്തിയെടുത്ത് തട്ടിക്കളിക്കുകയാണ്. അതിനാൽ പൊതുവിലുള്ള വായനക്കാർക്കുവേണ്ടി പുരാതന ഗ്രന്ഥങ്ങളെക്കുറിച്ച് ചിന്തോദ്ദീപകമായവിധത്തിൽ

വിശകലനാത്മകവും പാരമ്പര്യേതരുമായ അഭിപ്രായങ്ങൾ പറയുക എന്നത്, ഇന്നൊരു യഥാർത്ഥ പ്രശ്നംതന്നെയായിക്കൊണ്ടിരിക്കുകയാണ്. പുസ്തക ഗുണമോ അർത്ഥഗുണമോ ഇല്ലാത്ത അധിക്ഷേപങ്ങളുടെ ഒരു കനത്ത മതിൽക്കെട്ടുതന്നെ, അതിന് നേരിടേണ്ടിവരുന്നു. അതുകൊണ്ട് തങ്ങളുടെ ഗവേഷണത്തിൽ രചനാത്മകമായി പ്രവർത്തിക്കുന്നവർ തങ്ങളുടെ ചിന്തകൾ പരിമിതമായ ഒരു വിഭാഗം വായനക്കാർക്കുവേണ്ടി മാത്രം പ്രസിദ്ധീകരിക്കുന്നതിന് തുനിയുന്നു. ഒരു പ്രത്യേക വിഷയത്തിലെ പുതിയ ആശയങ്ങളിൽ യഥാർത്ഥത്തിൽ താല്പര്യമുള്ളവരെങ്കിലും, ആ വിഷയത്തിൽ സവിശേഷ വൈദഗ്ദ്ധ്യം ലഭിച്ചിട്ടില്ലാത്തവർക്ക്, ഇത്തരം ആശയങ്ങൾ പ്രാപ്യമാകുന്നത് വിഷമകരംതന്നെയായിത്തീരുന്നു. ദുർഘടങ്ങളെല്ലാം കടന്ന് എത്തണമല്ലോ.

ഇത്തരത്തിൽ സ്വയം നടപ്പാക്കുന്ന സെൻസർഷിപ്പ് വിനാശകരമല്ലേ? കാരണം ജനങ്ങൾ സ്വതന്ത്രമായി ചിന്തിക്കുന്നത് അവസാനിപ്പിക്കുന്നു; സുരക്ഷിതം എന്ന് തങ്ങൾ കരുതുന്ന പരിധികൾക്കകത്തുനിന്നുകൊണ്ടു മാത്രമേ അവർ ചിന്തിക്കുകയുള്ളു. വിവാദത്തിന് ഇടയാക്കിയേക്കാവുന്ന, അഥവാ വ്യവസ്ഥാപിതമല്ലാത്ത അതുകാരണം "സുരക്ഷിതമല്ലാത്ത" മേഖലകളിലേക്ക് പ്രവേശിക്കാൻ അവർ തുനിയുകയില്ല.

അതില്ലാതെ വിമർശനാത്മകമായ അന്വേഷണം സാദ്ധ്യമേയല്ല. യഥാർത്ഥംപറഞ്ഞാൽ, ഇന്ത്യയിലെ വിദ്യാഭ്യാസത്തെ എൽ സി ഡി വിദ്യാഭ്യാസം എന്ന് ഞാൻ പരാമർശിച്ചു തുടങ്ങിയിരിക്കുന്നു. ഇന്ന് നാം പഠിപ്പിച്ചുകൊണ്ടിരിക്കുന്നതിനെ ലഘുതമ സാധാരണ ഛേദം (Lowest Common Denomination) എന്ന് മാത്രമേ വിളിക്കാൻ കഴിയൂ എന്ന അവസ്ഥയിലേക്ക് വിദ്യാഭ്യാസത്തെ നാം വെള്ളംചേർത്ത് നേർപ്പിച്ചിരിക്കുന്നു എന്നാണ് അതുകൊണ്ട് ഞാൻ ഉദ്ദേശിക്കുന്നത്. അതിനെ മൂകമാക്കിത്തീർക്കുന്നതിനും തർക്കിക്കുന്ന സ്വഭാവം കുറച്ചുകുറച്ചു കൊണ്ടു വരുന്നതിനും ഉള്ള ശ്രമമാണ് നടക്കുന്നത്. അങ്ങനെയായാൽ ആളുകൾ കൂടുതൽ വഴങ്ങുന്നവരായിത്തീരും; ചോദ്യങ്ങൾ ചോദിക്കുന്നതിനോ പുസ്തകങ്ങളിലെ ഉള്ളടക്കത്തെക്കുറിച്ച് ചർച്ചചെയ്യുന്നതിനോ ആശയവിനിമയം നടത്തുന്നതിനോ കഴിയാത്തവിധം വളരെയേറെ ഭയചകിതരായിത്തീരും. മിക്ക ആളുകൾക്കും വിവരങ്ങൾ ലഭിക്കുന്നത് മാധ്യമങ്ങളിൽനിന്നായതിനാൽ ആത്യന്തികമായി, മാധ്യമങ്ങളുടെ ആശയങ്ങൾ ജനങ്ങളുടെ മനസ്സിൽ വേരുറപ്പിക്കുകയും ചെയ്യുന്നു. സ്വതന്ത്രമായ വായനയുടെ ശീലമാകട്ടെ, മുമ്പത്തെപ്പോലെ അത്രത്തോളം ആരോഗ്യകരമല്ലാതെയും കാണപ്പെടുന്നു.

പ്രാചീനകാലത്ത് വിമർശന പ്രബന്ധങ്ങളും ആരോഗ്യകരമായ ചർച്ചകളും ഉണ്ടായിരുന്നു. സംസ്കൃതത്തിലുള്ള ഭാണങ്ങൾപോലെയുള്ള നാടകങ്ങളിലൂടെ സാഹിത്യകാരന്മാർ പല സാമൂഹ്യ ആചാരങ്ങളെയും കളി

യാക്കുമായിരുന്നു. പല ഭാണങ്ങളും സമൂഹത്തിലെ ഉന്നത ശ്രേണിയിലുള്ളവരെ ഹാസ്യാത്മകമായി അനുകരിക്കുന്ന ''പാരഡി''കളായിരുന്നു. അതാണ് ഇന്ത്യൻ സമ്പ്രദായം എങ്കിൽ ഇന്ന് നാം പ്രയോഗത്തിൽ വരുത്തുന്നത് ഇന്ത്യൻ സമ്പ്രദായമല്ല. നാമതിനെ കൊല്ലുകയാണ്.

വിമർശന പ്രബന്ധങ്ങളും ആരോഗ്യകരമായ ചർച്ചകളും തീക്ഷ്ണമായ പരിഹാസങ്ങളും മറ്റും ഇന്ത്യയുടെ സമ്പ്രദായമല്ലാതായിക്കഴിഞ്ഞു. ഇന്റർനെറ്റിലൂടെയും സോഷ്യൽ മാധ്യമങ്ങളിലൂടെയും പൊതുമണ്ഡലങ്ങളിൽവെച്ച്, ഇന്ത്യക്കാർ മറ്റ് ഇന്ത്യക്കാരെ അധിക്ഷേപിക്കുന്ന സമ്പ്രദായത്തിന് അത് വഴിമാറിക്കൊടുത്തിരിക്കുന്നു-ചിലപ്പോൾ ഏറ്റവും ഹീനമായ രീതിയിലാണ് അങ്ങനെ ചെയ്യുന്നത്. ചർച്ചയ്ക്ക് ആധാരമായ വിഷയം, സംസ്കാരവും ചരിത്രവും മതവും മറ്റുമായി ബന്ധപ്പെട്ടതാണെങ്കിൽ ഇത് പ്രത്യേകിച്ചും രൂക്ഷമായ ഭാഷയിലായിരിക്കും. സാധാരണനിലയിൽ പ്രകോപനത്തിന് കാരണം എന്തുതന്നെയായിരുന്നാലും ശരി, പരസ്യമായ അധിക്ഷേപത്തിൽനിന്നെങ്കിലും ഒരു പരിഷ്കൃത സമൂഹത്തിലെ അംഗങ്ങൾ ഒഴിഞ്ഞുനില്ക്കും. എന്നാൽ ലോകത്തിൽ എവിടെയൊക്കെ ഇന്ത്യക്കാർ ചെന്ന് താമസമാക്കിയിട്ടുണ്ടോ, അവിടെയൊക്കെ മറ്റ് ഇന്ത്യക്കാരെ പരസ്യമായി അധിക്ഷേപിക്കുന്ന പതിവുണ്ട്. അമേരിക്കയിലെ (യു എസ് എ) പ്രവാസികളായ ഇന്ത്യക്കാർ ഇതിന് നല്ല ഉദാഹരണമാണ്.

ഗൗരവബോധത്തോടെയുള്ള, സുചിന്തിതമായ വിമർശനവും തന്നെയും തന്റെ സമൂഹത്തേയും ചോദ്യം ചെയ്യലും എല്ലാക്കാലത്തും ഒരു പരിഷ്കൃത സമൂഹത്തിന്റെ ഉരകല്ലായിരുന്നു-കടുത്ത അധിക്ഷേപമല്ല അതിന്റെ ഉരകല്ല്. ഒരുപക്ഷേ, പരിഷ്കൃതമായിരിക്കുക എന്ന പാരമ്പര്യം നമ്മിൽനിന്ന് വഴുതിപ്പോയിക്കൊണ്ടിരിക്കുകയാവാം.

നമ്മുടെ സംസ്കാരത്തെ ഏകാത്മകവല്ക്കരിക്കുന്നതിൽ നിർബ്ബന്ധമുള്ളവരായി നാം മാറിക്കൊണ്ടിരിക്കുകയാണ്-അതിനെ കൊളോണിയൽ വീക്ഷണത്തിലൂടെ കാണുക എന്നാണ് അതിനർത്ഥമെങ്കിൽത്തന്നെയും. സംസ്കാരത്തിൽ ഇടം ലഭിക്കണം എന്ന് വാദിക്കുന്നവരെയും അഥവാ നാനാത്വത്തെ അംഗീകരിക്കണം എന്ന് ആവശ്യപ്പെടുന്ന മറ്റുള്ളവരെ, നാം നിശ്ശബ്ദരാക്കി തീർക്കുന്നു. ഇന്ത്യൻ സംസ്കാരങ്ങളെ നിർവ്വചിക്കാൻ വിഷമമാക്കുന്ന വിധത്തിൽ വൈവിദ്ധ്യങ്ങളുടെ അനന്തമായ മേഖലയുണ്ട് എന്നല്ല ഞാൻ വിവക്ഷിക്കുന്നത്; നമ്മുടെ സംസ്കാരങ്ങളുടെ വിവിധ വശങ്ങൾ നിർവ്വചിക്കപ്പെടുമ്പോൾ, ആ നിർവ്വചനത്തിന് തങ്ങളുടെ സാന്നിദ്ധ്യംവഴി കൂടുതൽ അർത്ഥതലം നല്കുന്നവരെ നമുക്ക് അവഗണിക്കാൻ കഴിയില്ല എന്നാണ് ഞാൻ വാദിക്കുന്നത്.

ഒരൊറ്റ, ഏകാത്മകവല്ക്കരിക്കപ്പെട്ട ഹിന്ദു സമുദായത്തിന്റെ, ഒരൊറ്റ ഏകാത്മകവല്ക്കരിക്കപ്പെട്ട മുസ്ലീം സമുദായത്തിന്റെ ഒരൊറ്റ, ഏകാ

ത്മകവല്ക്കരിക്കപ്പെട്ട സിക്ക് സമുദായത്തിന്റെയും ക്രിസ്ത്യൻ സമുദായത്തിന്റെയും പ്രതിച്ഛായ നിർമ്മിക്കുന്നതിനും ഉയർത്തിക്കാണിക്കുന്നതിനും ഉള്ള ശ്രമമാണ് ഉൽക്കണ്ഠാജനകമായ പ്രവണത.

ഇന്ത്യയിലെ മതത്തിന്റെ ചരിത്രത്തെ സംബന്ധിച്ച ഒരു പാഠ്യക്രമം പഠിക്കുകയും മതങ്ങൾ എങ്ങനെയാണ് സമൂഹങ്ങളെ സ്വാധീനിച്ചത് എന്ന് പരിഗണിക്കുകയും ആണെങ്കിൽ, ഓരോ ഔപചാരിക മതവും ഉണ്ടാക്കുന്ന വിവിധ ഉപവിഭാഗങ്ങളും മറ്റ് ഉപവിഭാഗങ്ങളുമായിട്ടുള്ള അവയുടെ സങ്കീർണ്ണ ബന്ധങ്ങളുടെ പഠനവും (അതിൽ പലപ്പോഴും നിരവധി വിശ്വാസങ്ങളും ആചാരങ്ങളും ഉൾപ്പെടുന്നുണ്ടായിരിക്കും) ആയിരിക്കും അത്തരമൊരു പാഠ്യക്രമത്തിലെ ഏറ്റവുമധികം വെല്ലുവിളി ഉയർത്തുന്ന വശം എന്നതാണ് രസകരമായ കാര്യം. ഉദാഹരണത്തിന് വൈഷ്ണവവിഭാഗവും സൂഫി വിഭാഗവും തമ്മിൽ പരസ്പരം ഇടപെട്ടതെങ്ങനെയാണ്? അഥവാ ശൈവന്മാരും ബുദ്ധമതത്തിലെയും ജൈനമതത്തിലെയും ''ശ്രമണ'' ഉപവിഭാഗങ്ങളും തമ്മിൽ ശത്രുത ഉണ്ടായത് എന്തുകൊണ്ട് തുടങ്ങിയവ. മതചരിത്രത്തിലെ താല്പര്യജനകമായ വശമാണത്. പരസ്പര മത്സരങ്ങളും പരസ്പരമുള്ള കടംകൊള്ളലും - രണ്ടും കാണേണ്ടത് ആവശ്യമാണ്. സിദ്ധാന്തം പഠിക്കുന്നതിനേക്കാൾ, അടിത്തട്ടിലുള്ള യാഥാർത്ഥ്യം പഠിക്കുന്നതിൽനിന്നാണ് ഇത് കൂടുതൽ വ്യക്തമായിത്തീരുന്നത്. ജനകീയ മത ഉപവിഭാഗങ്ങൾ (ഔപചാരിക മതങ്ങളോട് അത്ര ദൃഢമായി ബന്ധപ്പെട്ടവരല്ല അവർ; എല്ലാ മതങ്ങളിലും ഭൂരിപക്ഷമായി വരുന്നത് അവരാണു താനും) പ്രാദേശിക ദൈവങ്ങളെ ആരാധിച്ചിരുന്നു; ആരാധനയെ സംബന്ധിച്ച തങ്ങളുടെ വിശ്വാസങ്ങളെയും ആരാധനാരീതികളെയുംകുറിച്ച് അവർ തമ്മിൽത്തമ്മിൽ സംസാരിച്ചിരുന്നു. അവിടെയാണ് പ്രധാനപ്പെട്ട മതസംയോജനം ഉണ്ടാകുന്നത്. ജാതിവിഭാഗങ്ങളും ഉപവിഭാഗങ്ങളും തമ്മിൽ പരസ്പരം ഇടകലർന്നുകൊണ്ടുള്ള സ്വത്വം നിലനിന്നിരുന്ന ഇടങ്ങളിൽ ജനകീയ ചർച്ചയ്ക്ക് പ്രോത്സാഹനം നല്കപ്പെട്ടു. പ്രത്യേക ജാതികളിൽനിന്ന് അനുയായികളെ ഉണ്ടാക്കുന്ന ഒരു പ്രവണത ചില ഉപവിഭാഗങ്ങൾക്കുണ്ടായിരുന്നു; എന്നാൽ മറ്റുള്ളവർ എത്രയോ അധികംപേർ ജാതിയുമായി ബന്ധിപ്പിക്കുന്നതിനെ നിഷേധിച്ചിരുന്നുവെന്ന് കാണാം.

11

ബുദ്ധനായിരുന്നു തേരാളിയെങ്കിൽ...

'ആദ്യകാല ഇന്ത്യ: ആരംഭം തൊട്ട് എ ഡി 1300 വരെ''എന്ന താങ്കളുടെ ആധികാരിക നിരീക്ഷണത്തിൽ, മഹാഭാരതയുദ്ധത്തെക്കുറിച്ച് വളരെ ഹൃദ്യമായ ഒരു വാചകം താങ്കൾ എഴുതുകയുണ്ടായി: കൃഷ്ണനുപകരം ബുദ്ധനായിരുന്നു തേരാളിയെങ്കിൽ അർജ്ജുനന് നല്കപ്പെട്ട ഉപദേശം ഒരുപക്ഷേ, വ്യത്യസ്തമാകുമായിരുന്നു എന്നാണ് താങ്കൾ എഴുതിയത്. അതൊന്ന് വിശദീകരിക്കാമോ?

മൗര്യന്മാർക്ക് ശേഷമുണ്ടായ ഗ്രന്ഥമാണ് *ഭഗവദ്ഗീത* എന്നാണ് ഞാൻ വാദിച്ചത്. മിക്ക ചരിത്രകാരന്മാരും അതിനോട് യോജിക്കുകയും ചെയ്യും. അക്കാലമായപ്പോഴേക്കും ബുദ്ധ - ജൈന - ശ്രമണ പാരമ്പര്യങ്ങൾ സുസ്ഥാപിതമാക്കപ്പെട്ടു കഴിഞ്ഞിരുന്നു. അതിനുമുമ്പത്തെ ബ്രാഹ്മണപാരമ്പര്യവുമായും ആവിർഭവിച്ചു തുടങ്ങിയിരുന്ന ഭാഗവത പാഠങ്ങളുമായും അതുപോലെതന്നെ ശൈവ മതവിഭാഗവുമായും അവ സഹവർത്തിച്ചു നില്ക്കുകയും ചെയ്തു. ബ്രാഹ്മണങ്ങൾ, ശ്രമണങ്ങൾ എന്നീ രണ്ട് ധാരകളാണ് മതത്തിന്റെ വ്യവസ്ഥകളെ നിർവ്വചിച്ചു വന്നിരുന്നത്. ഈ ദ്വൈതം എ ഡി ഒന്നാം സഹസ്രാബ്ദത്തിലുടനീളം തുടർന്നുകൊണ്ടിരുന്നു. അവ തമ്മിലുള്ള ബന്ധത്തെ കീരിയും പാമ്പും തമ്മിലുള്ള ബന്ധത്തോടാണ് വൈയാകരണനായ പതഞ്ജലി താരതമ്യപ്പെടുത്തുന്നത്. അവ തമ്മിലുള്ള മത്സരത്തെക്കുറിച്ചായിരിക്കണം സൂചിപ്പിക്കുന്നത് - രക്ഷാധികാരിത്വത്തിനും അനുയായികളെ ഉണ്ടാക്കുന്നതിനും വേണ്ടിയുള്ള മത്സരമായിരുന്നിരിക്കാം അത്. അശോകന്റെ നയങ്ങളോടും

ബുദ്ധന്റെ ബോധനങ്ങളോടും ഉള്ള ഭാഗികമായ പ്രതികരണമെന്ന നിലയ്ക്കാവാം, ഒരുപക്ഷേ, *ഭഗവദ്ഗീത*യുടെ ഉപദേശങ്ങൾ ഉണ്ടായത് എന്ന് ചില പണ്ഡിതന്മാർ ചൂണ്ടിക്കാണിക്കുന്നു. ബ്രാഹ്മണർ, നാസ്തികർ, പാഷണ്ഡന്മാർ, ബുദ്ധമതക്കാർ (അവർ ബ്രാഹ്മണരെ തിരിച്ച് പാഷണ്ഡന്മാർ എന്നും വിളിച്ചിരുന്നു), ജൈനന്മാർ തുടങ്ങിയ വിവിധ മതവിഭാഗങ്ങൾ തമ്മിലുള്ള പരസ്യമായ ചർച്ചയ്ക്കുള്ള ഭാഗികമായ വിമർശനമായിരുന്നുവോ ബ്രാഹ്മണ ഗ്രന്ഥങ്ങൾ?

അതുകൊണ്ട്, അർജ്ജുനനുമായി ബുദ്ധൻ സംഭാഷണം നടത്തിയിരുന്നുവെങ്കിൽ ബുദ്ധൻ എന്തായിരിക്കാം പറഞ്ഞിട്ടുണ്ടായിരിക്കുക? അദ്ദേഹം ഇങ്ങനെ ചോദിച്ചിട്ടുണ്ടായിരിക്കണം: ''ഈ യുദ്ധം യഥാർത്ഥത്തിൽ ആവശ്യമുള്ളതാണോ? നീ എന്തിനാണ് യുദ്ധം ചെയ്യുന്നത്? നീ രാജ്യത്തിനുവേണ്ടി യുദ്ധം ചെയ്യുന്നു. അങ്ങനെ ചെയ്യുന്നതു വഴി നീ രക്തബന്ധമുള്ള നിന്റെ ബന്ധുക്കളെയാണ് വധിക്കുന്നത്.” രാജ്യം എന്നത് ഭരണത്തിന്റെ ഏറ്റവും നല്ല രൂപമാണോ എന്നും അദ്ദേഹം ചോദിച്ചിട്ടുണ്ടായിരിക്കാം. എന്തൊക്കെത്തന്നെയായാലും, അക്കാലത്ത് നിരവധി “ഗണസംഘങ്ങൾ”/അധികാരസ്ഥാനങ്ങൾ ഉണ്ടായിരുന്നു; അഥവാ ഗോത്രാധിഷ്ഠിത സമൂഹങ്ങൾ ഉണ്ടായിരുന്നു; അവയുടെ പ്രവർത്തന രീതിയെ ബുദ്ധൻ ആദരിച്ചിരുന്നു; ബുദ്ധവിഹാരങ്ങളുമായി ബന്ധപ്പെട്ട സംഘടനയ്ക്കു അതിനെ മാതൃകയാക്കലും പതിവായിരുന്നു.

മഗധയിലെ ഭരണാധികാരിയായ അജാതശത്രുവിനോട് യുദ്ധം ചെയ്ത ഗണസംഘങ്ങൾക്കുവേണ്ടിയാണല്ലോ ബി സി അഞ്ചാം നൂറ്റാണ്ടു കാലത്തുപോലും ബുദ്ധൻ നിലകൊണ്ടത്.

ഏതെങ്കിലും ഒരു പ്രത്യേക വിഭാഗം ജനങ്ങളെയോ സംഭവത്തെയോ ആശ്രയിച്ചുനില്ക്കുന്നതാണ് അക്രമമെങ്കിൽ, അക്രമരാഹിത്യം സാർവ്വത്രികമായി ആചരിക്കപ്പെടേണ്ടതല്ലേ എന്നും അദ്ദേഹം ഒരുപക്ഷേ, ചോദിച്ചിട്ടുണ്ടായിരിക്കാം.

തിന്മയോട് യുദ്ധം ചെയ്യുക എന്നത് ക്ഷത്രിയ ജാതിയുടെ ധർമ്മമാണ് എന്നതാണ് കൃഷ്ണന്റെ സന്ദേശം. ക്ഷത്രിയരിൽ രണ്ടു വിഭാഗങ്ങൾ മാത്രം തമ്മിലുള്ളതാണ് യുദ്ധം - അതിലൊന്ന് തിന്മയും മറ്റേത് നന്മയും. ഇതിൽ നന്മ, തങ്ങളുടെ ''സ്വധർമ്മ''ത്തെ സംരക്ഷിക്കുകയാണ്. ''വർണ്ണാശ്രമധർമ്മം'' അനുശാസിക്കുന്നതനുസരിച്ച് അവർ തങ്ങളുടെ കടമ നിർവ്വഹിക്കുകയായിരുന്നു. എന്നാൽ അക്രമം ഒഴിവാക്കുന്നതിനുവേണ്ടി വീണ്ടും അനുരഞ്ജന ചർച്ച നടത്തണമെന്ന് ബുദ്ധൻ വാദിച്ചി

ട്ടുണ്ടാകുമായിരുന്നു. ഒരുപക്ഷേ, ഇത്, യുദ്ധത്തെ ആവശ്യത്തിനുമപ്പുറ ത്തുള്ളതാക്കുമായിരുന്നിരിക്കണം. അങ്ങനെ സംഭവിച്ചിരുന്നുവെങ്കിൽ ഒരുപക്ഷേ, *മഹാഭാരതം* തന്നെ ഉണ്ടാകുമായിരുന്നില്ല. അപ്പോൾ മറ്റൊരു കാര്യമുണ്ട്. ദുരിതമനുഭവിക്കുന്നവരും എന്നാൽ തന്നിൽ വിശ്വാസമു ള്ളവരുമായ ആളുകളോട് കൃഷ്ണൻ തന്റെ അടുക്കലേക്ക് വരുവാൻ ആവശ്യപ്പെടുന്നു; താനെല്ലാം ശരിയാക്കിക്കൊടുക്കാം എന്നു പറയുന്നു. ഇതിനെ ഭക്തി പാരമ്പര്യവുമായും ഭാഗവതപാരമ്പര്യവുമായും ബന്ധി പ്പിക്കാവുന്നതാണ്. ഒരു പ്രത്യേക ദൈവത്തിൽ വിശ്വാസമുണ്ടായിരി ക്കണം, നിങ്ങളുടെ എല്ലാ സങ്കടങ്ങളും ആ പ്രത്യേക ദൈവത്തോട് - നിങ്ങളുടെ വ്യക്തിപരമായ ഈശ്വരനോട് - പറയണം എന്നതാണ് സന്ദേശം. ദൈവങ്ങളുടെ അസ്തിത്വത്തെക്കുറിച്ച് ബുദ്ധൻ സംശയാലു വായിരുന്നിരിക്കണം. ദുരിതങ്ങളെക്കുറിച്ചും അവയുടെ കാരണങ്ങളെ ക്കുറിച്ചും മനസ്സിലാക്കേണ്ടതുണ്ട്, ഈ ധാരണയിലൂടെ ഒരാൾക്ക് പരി ഹാരം കാണാൻ കഴിഞ്ഞേക്കാം.

ബുദ്ധന്റെ സമീപനം ഏറക്കുറെ ഒരു വൈദ്യന്റെ സമീപനം തന്നെയല്ലേ?

ബുദ്ധൻ അനുശാസിച്ചവിധത്തിൽ, സ്വാശ്രയത്തിനും ധർമ്മസംഹി തയുടെ ആചരണത്തിനും ഒരുപക്ഷേ, കൂടുതൽ ഊന്നൽ ഉണ്ടായിരിക്കും. ഒരുതരത്തിൽ പറഞ്ഞാൽ ''നിങ്ങൾ എന്റെ അടുത്ത് വരികയാണെങ്കിൽ, ഞാൻ നിങ്ങളുടെ പ്രശ്നങ്ങൾ പരിഹരിച്ചു തരാം'' എന്നു പറയുന്നതി നേക്കാൾ, കൂടുതൽ ആകർഷകമായ ഒരു പരിഹാരമാണത്. എന്നാൽ യുക്തിപൂർവ്വമുള്ള ഒരു ധാരണയും പൂർണ്ണമായ വിശ്വാസത്തിൽ അധി ഷ്ഠിതമായ ഒരു ധാരണയും തമ്മിലുള്ള വ്യത്യാസമാണിത്. ''എന്റെ അടുക്കൽ വരൂ'' എന്നതിൽ എന്താണുള്ളത്? ഈശ്വരൻ ഒരാളുടെ പ്രശ് നങ്ങൾ പരിഹരിക്കുന്നതെങ്ങനെയാണ്? വിശ്വാസമുള്ളവരെ സംബന്ധി ച്ചിടത്തോളം ഇതൊരു പരിഹാരം തന്നെയാണ്. എന്നാൽ മറ്റുള്ളവരെ സംബന്ധിച്ചിടത്തോളം വ്യത്യസ്തമായ ഒരു പരിഹാരം തന്നെ വേണ്ടി വരും.

അർജ്ജുനന്റെ സന്ദേഹങ്ങളും അന്തഃസംഘർഷങ്ങളും ആണ്, ഭഗവദ് ഗീതയിലെ കൃഷ്ണന്റെ സിദ്ധാന്തങ്ങളിലേക്കും വിധികല്പനകളിലേക്കും നയിച്ചത്? ഇതേ വിധത്തിലുള്ള സന്ദേഹങ്ങൾ യുധിഷ്ഠിരന്റെ മനസ്സിലും ഉയർന്നുവന്നു. അദ്ദേഹം ഭീഷ്മരുടെ അടുത്ത് ഓടിച്ചെന്ന് യുദ്ധം നിർ ത്തുന്നതിന് അഭ്യർത്ഥിച്ചു.

എന്നാൽ യുദ്ധത്തിന്റെ അവസാനത്തിൽ, തനിക്ക് രാജാവാകേണ്ട

എന്ന് ബ്രാഹ്മണരോട് പറയുന്നതും യുധിഷ്ഠിരൻ തന്നെയാണ്. രാജാധികാരം ഉപേക്ഷിച്ച് വനവാസം നടത്താനാണ് അദ്ദേഹം ആഗ്രഹിച്ചത്. രാജാധികാരത്തിൽ യുദ്ധങ്ങളും കൊലകളും എല്ലാം ഉൾപ്പെടുന്നു. എന്നാൽ രാജാധികാരം ആവശ്യമാണെന്ന് ബ്രാഹ്മണർ നിർബ്ബന്ധിക്കുന്നു. യുദ്ധത്തിന്റെ ആരംഭഘട്ടത്തിലും അവസാനഘട്ടത്തിലും യുദ്ധത്തിന്റെ സാധുതയെ ചോദ്യം ചെയ്യുന്ന ഈ രണ്ട് സംഭവങ്ങൾ ഉണ്ടായത് വളരെ രസകരമായി എനിക്ക് തോന്നുന്നു. ഇത് ചിന്തനീയമായ ഒരു കാര്യം തന്നെയാണെന്ന് എനിക്ക് തോന്നുന്നു. സമാധാനത്തിന്റെയും അക്രമരാഹിത്യത്തിന്റെയും സന്ദേശമാണോ പ്രാഥമികമായും ഭഗവദ് ഗീത നല്കുന്നത്? അഥവാ പ്രത്യേക സാഹചര്യങ്ങളിൽ മാത്രം അത് അക്രമത്തെ കുറ്റകൃത്യത്തിൽനിന്ന് വേർതിരിച്ച് കാണുകയാണോ?

പലപ്പോഴും എന്നെ വിസ്മയിപ്പിക്കുന്ന കാര്യം ഇതാണ്: സമാധാനത്തിന്റെ സന്ദേശം ഉയർത്തിപ്പിടിക്കുന്ന മഹാത്മാഗാന്ധി യഥാർത്ഥത്തിൽ യുദ്ധത്തേയും സഹോദരന്മാർ തമ്മിലുള്ള ഹിംസകളെയും ഉയർത്തിക്കാണിക്കുന്ന ഒരു ഗ്രന്ഥത്തെ, ഭഗവദ്ഗീതയെ തന്റെ ചിന്തകളുടെ കേന്ദ്ര സ്ഥാനത്ത് പ്രതിഷ്ഠിച്ചത് എന്തുകൊണ്ടാണ്?

യഥാർത്ഥത്തിൽ ഗാന്ധിയുടെ ചിന്തകളെക്കുറിച്ച് എനിക്കുവേണ്ടത്ര അറിവില്ല. അത് വിലയിരുത്തുന്നതിന് കഴിയത്തക്കവിധത്തിൽ അദ്ദേഹത്തിന്റെ രചനകൾ അത്രയൊന്നും ഞാൻ വായിച്ചിട്ടുമില്ല. ഹിംസ/അഹിംസ എന്നത് കഥയുടെ ഒരു വശം മാത്രമല്ലേ എന്നതാണ് എന്റെ സംശയം. എന്തുതന്നെയായാലും, അതിൽനിന്നുണ്ടാകുന്ന ആത്യന്തികമായ സന്ദേശം (അശോകന്റെ കാര്യത്തിൽ അങ്ങനെയാണെന്ന് തോന്നുന്നു) അഹിംസയുടേതല്ല എന്നതല്ലേ എന്ന് ഞാൻ അത്ഭുതപ്പെടുന്നു. ധാർമ്മിക മൂല്യങ്ങളുടെ അടിസ്ഥാനത്തിൽ നിങ്ങൾക്ക് അതിനെ ന്യായീകരിക്കാൻ കഴിയുന്നുവെങ്കിലും അതിൽ മറ്റു പ്രശ്നങ്ങളൊന്നും ഉൾപ്പെടുന്നില്ല എങ്കിൽ മാത്രമേ അത് അഹിംസയായിത്തീരുന്നുള്ളൂ. തന്റെ മക്കളും മക്കളുടെ മക്കളും അഹിംസ പാലിക്കുന്നവരായിരിക്കും എന്നും എന്നാൽ അവർക്ക് ഹിംസ നടത്തേണ്ടിവരുന്നുവെങ്കിൽ ശിക്ഷ നല്കുന്ന കാര്യത്തിൽ അവർ ദയയുള്ളവരായിരിക്കട്ടെ എന്നും താൻ ആഗ്രഹിക്കുന്നതായി അശോകൻ പ്രസ്താവിക്കുന്നുണ്ട്. അതായത്, അതൊരു നിയന്ത്രിതമായ അഹിംസയാണെന്നർത്ഥം. ഗീതയുടെ കാര്യത്തിൽ അതു തന്നെയാണോ സ്ഥിതി? അധികാരത്തിന്റെയും നൈതികതയുടെയും കാര്യമാണ് പരിഗണിക്കുന്നതെങ്കിൽ, അഹിംസയെക്കുറിച്ച് കൂടുതൽ ശ്രദ്ധാപൂർവ്വം ആലോചിക്കേണ്ടതുണ്ട്. ഗാന്ധിയുടെ വായനയോട് അത്

യോജിക്കുന്നുണ്ടോ? ബ്രിട്ടീഷ് കൊളോണിയലിസത്തിന്റെ തിന്മയോട് ഇന്ത്യൻ ദേശീയത ഏറ്റുമുട്ടുകയായിരുന്നു. അദ്ദേഹം ഹിംസ ഒട്ടും അംഗീകരിക്കുന്നില്ല. എന്നാൽ ഹിംസ ആവശ്യമാണെന്ന സന്ദർഭം വരുമ്പോൾ അദ്ദേഹം അതിന് അനുവാദം നല്കുന്നുണ്ടോ? അശോകന്റെ കാര്യത്തിൽ, വളരെ പ്രത്യേകിച്ചും അശോകന്റെ രാജശാസനങ്ങളുടെ കാര്യത്തിൽ, ഗാന്ധിക്കെന്താണ് ഇത്രയേറെ താല്പര്യക്കുറവെന്ന് ഞാൻ പലപ്പോഴും അത്ഭുതപ്പെട്ടിട്ടുണ്ട്. എന്നാൽ, ഇതിൽനിന്ന് വ്യത്യസ്തമായി, നെഹ്റു, അശോകന്റെ രാജകല്പനകളുടെ സന്ദേശത്തെ വളരെയേറെ പ്രശംസനീയമായി കണ്ടിരുന്നു.

ഗാന്ധിയെ സംബന്ധിച്ചിടത്തോളം ഗീതയുടെ മറ്റൊരു വശം, അത് 'വർണ്ണാശ്രമ ധർമ്മ'ത്തിന് അംഗീകാരം നല്കുന്നുവെന്നതായിരുന്നു. സമൂഹത്തിന്റെ ഘടനയെക്കുറിച്ചും അതിൽ ഒരാളുടെ സ്ഥാനം എവിടെയുണ്ടെന്നതിനെക്കുറിച്ചും അറിയുന്നതിനും പ്രശ്നമുള്ള സാഹചര്യങ്ങളെക്കുറിച്ച് (പ്രത്യേകിച്ചും നമുക്കുചുറ്റുമുള്ള ലോകം ഇത്രയധികം അനിശ്ചിതമാണെന്ന് വരുമ്പോൾ) വിലയിരുത്തുന്നതിന് ഉതകുന്ന ദൃഢമായ ഒരു മാർഗ്ഗം ലഭ്യമാക്കുന്നതിനെക്കുറിച്ചും അത് വ്യക്തമായ കാഴ്ചപ്പാട് നല്കിയിരുന്നുവോ? ആളുകൾ നിയമങ്ങൾ ലംഘിക്കുന്ന അവസരങ്ങളിൽ 'വർണ്ണാശ്രമ ധർമ്മ'ത്തെ പോലെയുള്ള ഒരു മാർഗ്ഗദർശിയെ പ്രദാനം ചെയ്യുന്നതിന് അത് ആവശ്യമായിരുന്നുവോ?

'വർണ്ണാശ്രമ ധർമ്മം' എന്ന ആശയം അദ്ദേഹം പൂർണ്ണമായും ഉപേക്ഷിച്ചത്, തന്റെ ജീവിതത്തിന്റെ ഏറ്റവും അവസാനഘട്ടത്തിൽ മാത്രമായിരുന്നില്ലേ?

നിലവിലുള്ള സ്ഥിതി തുടരുന്നതിനും അതിന്റെ ഉള്ളിൽനിന്നുകൊണ്ട് ഒരു പരിഹാരം കാണുന്നതിനും ശ്രമിക്കുന്നതിന്റെ സൂചകമായിട്ടായിരുന്നു ഹരിജൻ എന്ന വാക്ക് അദ്ദേഹം തെരഞ്ഞെടുത്തത് എന്നും ഞാൻ കരുതുന്നു. കഴിഞ്ഞ നൂറ്റാണ്ടുകളിൽ ഉണ്ടായിരുന്ന അടിച്ചമർത്തലിന് അദ്ദേഹം വ്യക്തമായും എതിരായിരുന്നു. എന്നാൽ ഈ അടിച്ചമർത്തലിനെ ഇന്ന് നേരിടേണ്ടത് എങ്ങനെയാണ്? ജാതിപരമായ വിലക്കുകളെ ബോധപൂർവ്വം ഉപേക്ഷിക്കണം എന്ന് ഗുണദോഷിക്കുകയാണോ ഉണ്ടായത്?

അയിത്തക്കാർക്കുവേണ്ടി ക്ഷേത്രവാതിലുകൾ തുറന്നിടുന്നതിനുവേണ്ടി അദ്ദേഹം പ്രചരണം നടത്തുകയും ആവർത്തിച്ച് വ്യഗ്രത കാണിക്കുകയും ചെയ്തു. അത് പ്രതീകാത്മകമായ രീതിയിലുള്ള ഒരു ഭാവ പ്രകടനമാ

യിരിക്കാം. മതപരമായ മോചനത്തെത്തുടർന്ന് മറ്റ് വിധത്തിലുള്ള അടിമത്തങ്ങൾ ഇല്ലാതായിക്കൊള്ളുമെന്ന് ഒരുപക്ഷേ, അദ്ദേഹത്തിന് തോന്നിയിരിക്കുമോ? 'ഹരിജൻ' എന്ന പദം പരിരക്ഷണ രൂപത്തിലുള്ളതാണെന്ന് എനിക്ക് തോന്നുന്നു.

ഇന്നത്തെ സാഹചര്യത്തിൽ അത് പരിരക്ഷണത്തിന്റെ രൂപത്തിലുള്ളതു തന്നെയാണ്. എന്നാൽ അന്ന് അതിന്റെ ഉദ്ദേശ്യം അതായിരുന്നിരിക്കില്ലെങ്കിലും. അത് ബന്ധങ്ങളെ കീഴ്മേൽ മറിക്കുന്നതായിരുന്നുവോ? മൗലികമായി അതൊരു വെല്ലുവിളിയായിരുന്നുവോ? അതോ വഴിവിട്ട നിരീക്ഷണമാണോ ഇത്?

12

രാമായണത്തിന്റെ ജനപ്രീതി

മഹാഭാരതത്തെ അപേക്ഷിച്ച് രാമായണത്തിന് ലഭിച്ച അളവറ്റ ജനപ്രീതിക്കുള്ള കാരണങ്ങളെക്കുറിച്ച് ദയവുചെയ്ത് പറയാമോ? മഹാഭാരതത്തിന്റെ കഥാതന്തു, രാമായണത്തിന്റേതിനെ അപേക്ഷിച്ച് എത്രയോ കൂടുതൽ സങ്കീർണ്ണമാണല്ലോ.

രാമായണത്തിന് ഇത്ര വ്യാപകമായ ജനപ്രീതി ലഭിച്ചത് ഈ അടുത്ത കാലത്താണ് എന്നതിൽ സംശയമില്ല. 'ഈ അടുത്ത കാലത്ത്' എന്ന് ഞാൻ പറയുമ്പോൾ, പ്രാചീന ചരിത്രത്തിന്റെ കാലഗണനയുടെ അടിസ്ഥാനത്തിലാണ് ഞാനത് കണക്കാക്കുന്നത്. രമാനന്ദ് വിഭാഗം രാമായണത്തിനും ''രാമഭക്തി''ക്കും പ്രഹരം കൊടുത്തു തുടങ്ങിയതിനെയാണ് ഞാൻ സൂചിപ്പിക്കുന്നത്. അന്ന് നിലവിലുണ്ടായിരുന്ന വിവിധ പാഠാന്തരങ്ങളും പിന്നീടുണ്ടായവയും ഈ പ്രസ്ഥാനത്തിൽ ഉൾപ്പെടുത്തപ്പെട്ടിട്ടുണ്ടായിരിക്കണം. തമിഴിലെ *കമ്പരാമായണ*ത്തെക്കുറിച്ചും ഹിന്ദിയിലെ *തുളസീരാമായണ*ത്തെക്കുറിച്ചും ബംഗാളിയിലെ *കൃത്തിബ*കളെക്കുറിച്ചും ആണ് ഞാൻ ആലോചിക്കുന്നത്. ഇവയൊക്കെത്തന്നെ മദ്ധ്യകാലഘട്ടത്തിലെ പാഠാന്തരങ്ങളാണ് - ഏറെയും എ ഡി രണ്ടാം സഹസ്രാബ്ദത്തിലേത്.

അതായത്, തുടക്കത്തിൽ മഹാഭാരതത്തെ അപേക്ഷിച്ച് രാമായണത്തിന് അനിവാര്യമായും മുൻഗണന ലഭിച്ചിരിക്കണമെന്നില്ല. എന്നാൽ ആഖ്യാനരൂപത്തിന്റെ കാര്യത്തിൽ *രാമായണ*ത്തിന് സങ്കീർണ്ണത കുറവായിരുന്നു എന്ന കാര്യം നാം വിസ്മരിക്കരുത്.

സാന്ദർഭികമായി ഞാൻ ഒരു കാര്യം കൂട്ടിച്ചേർക്കട്ടെ: നിരവധി സംസ്കൃത ഗ്രന്ഥങ്ങളെക്കുറിച്ചുള്ള ചർച്ചകളും വ്യാഖ്യാനങ്ങളും മദ്ധ്യകാലഘട്ടങ്ങളിൽ ഏറ്റവും വ്യാപകമായി ചർച്ച ചെയ്യപ്പെട്ടിരുന്നു എന്നത് രസ

കരമായ കാര്യമാണ്. ഹിന്ദുക്കൾ അടിമകളായിരുന്നുവെന്നും മുസ്ലീം ഭരണത്തിൻകീഴിൽ അടിച്ചമർത്തപ്പെട്ടിരുന്നുവെന്നും ചില രാഷ്ട്രീയക്കാരും മറ്റുള്ളവരും കണക്കാക്കി വന്നതും ഇതേ കാലഘട്ടത്തെക്കുറിച്ചു തന്നെയാണ്. സംസ്കൃത ഗ്രന്ഥങ്ങളുടെ കർത്താക്കൾ അടിമകളായിരുന്നുവെങ്കിൽ ഈ ഉപഭൂഖണ്ഡത്തിലെങ്ങും ഇത്തരത്തിലുള്ള വളരെ ശ്രദ്ധേയമായ സാഹിത്യചർച്ചകളും ദാർശനിക ചർച്ചകളും സംസ്കൃത ഭാഷയുടെ ഉപയോഗവും ഉണ്ടാകുമായിരുന്നുവോ? എന്നാൽ അത് സാന്ദർഭികമായി സൂചിപ്പിച്ചുവെന്ന് മാത്രം.

പിതൃദായക്രമത്തിലുള്ള കുടുംബവ്യവസ്ഥയെ രാമായണവും ഉയർത്തിക്കാണിക്കുകയും പ്രശംസിക്കുകയും ചെയ്യുന്നുണ്ടല്ലോ.

ശരി തന്നെയാണ്. കുടുംബവും സ്വത്തും രാജാധികാരവും ഭരണവും എല്ലാം കേന്ദ്രീകൃതമായിത്തീരുന്ന, സമൂഹത്തിലെ ഒരു പുതിയ വഴിത്തിരിവിനെയാണ് രാമായണവും പ്രതിനിധീകരിക്കുന്നത്. നേരത്തെ ആരംഭിച്ച രാജാധികാരത്തിന്റെ കാലമാണത്. അതുകൊണ്ട് വിഷ്ണുവിന്റെ ഒരു അവതാരമായി താൻ മാറ്റപ്പെടുന്നതിനു മുമ്പായിത്തന്നെ രാമന് വിജയിയായിത്തീരേണ്ടതുണ്ടായിരുന്നു.

രാമായണം പോലും, രാമനെ 'നരചന്ദ്ര'നായി ആശീർവ്വദിക്കുന്നുണ്ടല്ലോ. അതു വളരെ വ്യക്തമാണ്.

ചരിത്രപരമായി പറഞ്ഞാൽ, രാജാധികാരവ്യവസ്ഥ അതിനുമുമ്പുണ്ടായിരുന്ന ഗോത്രസമൂഹത്തെ മറികടക്കുന്നതായി ഇതിൽനിന്ന് വായിച്ചെടുക്കാം. 'രാക്ഷസന്മാരെ'ക്കുറിച്ചുള്ള വർണ്ണനയിൽ, ഗോത്രസമൂഹം പ്രതിനിധീകരിക്കപ്പെടുന്നതായിക്കാണാം. രാമൻ ഉത്തമനായ രാജാവാണ്; അതുകൊണ്ട് അദ്ദേഹത്തെ വിഷ്ണുവിന്റെ അവതാരമാക്കാൻ വളരെ എളുപ്പമാണ്. എന്നാൽ കൃഷ്ണന്റെ അവതാരം, ഒരുപക്ഷേ, കൂടുതൽ സങ്കീർണ്ണമായതായിരിക്കും.

ധർമ്മരാജാവായ യുധിഷ്ഠിരൻ പോലും, പല സന്ദർഭങ്ങളിലും ചഞ്ചലചിത്തനായി കാണപ്പെടുന്നു.

രാമായണത്തിലെത്തുമ്പോഴേക്ക്, ഉത്തരങ്ങളെല്ലാം തികച്ചും ഋജുവായ രൂപത്തിലുള്ളതാണ്. അത്തരം ഒരു ഗ്രന്ഥത്തെ ഒരു മത ഗ്രന്ഥമായി പ്രചരിപ്പിക്കുന്നത്, ഇതുമൂലം എളുപ്പമായിത്തീരുന്നു. മതം വിശ്വാസത്തെയാണ് ആശ്രയിക്കുന്നത്; കഥയേക്കാൾ കൂടുതൽ പ്രധാനം വിശ്വാസമാണ്. (*ബൈബിൾ* ആയാലും ശരി, *ഖുറാൻ* ആയാലും ശരി) ഒരു ഗ്രന്ഥം വിശ്വാസത്തിൽ അധിഷ്ഠിതമായിരിക്കുമ്പോൾ, രാമഭക്തി രാമായണത്തെ ആശ്രയിച്ചാണ് നില്ക്കുന്നതെന്ന് എല്ലാവരും പറയുമ്പോൾ, രാമായണത്തിൽ എന്താണോ എഴുതിയിട്ടുള്ളത്, അത് വിശ്വസിക്കേണ്ടി വരുന്നു. കഥ ലളിതവും ധാർമ്മികത സംശയരഹിതവും ആണെങ്കിൽ

കൂടുതൽ നന്നായിരിക്കുകയും ചെയ്യും. താരതമ്യേന സങ്കീർണ്ണതകളൊന്നുമില്ലാത്ത വ്യക്തിയാണല്ലോ രാമൻ. ഉദാഹരണത്തിന് യുധിഷ്ഠിരനോടും അർജ്ജുനനോടും താരതമ്യപ്പെടുത്തുമ്പോൾ, രാമന് രാജാധികാരത്തെ സംബന്ധിച്ച് സംശയങ്ങൾ കുറവാണ്; ചാഞ്ചാട്ടങ്ങളും കുറവാണ്. യുധിഷ്ഠിരനും അർജ്ജുനനും സങ്കീർണ്ണതയുള്ള ആളുകളാണ്.

രാമചന്ദ്രനേക്കാൾ ശ്രേഷ്ഠത കൈവരിക്കുന്നതിന്, ചിലപ്പോൾ, ചില രാജാക്കന്മാർ ആഗ്രഹിച്ചിരുന്നുവെന്ന് പഴയകാലത്തെ ചരിത്രരേഖകൾ കാണിക്കുന്നു. വിഷ്ണുവിന്റെ അവതാരമെന്ന നിലയ്ക്കുള്ള ദൈവികത്വമുള്ള രാമനെയല്ല, മറിച്ച് ഭൂമിയിലെ രാജാവിനെയാണ് ഉദ്ദേശിക്കുന്നത്. ദക്ഷിണേന്ത്യയിലെ ശക്തരായ ചോളരാജാക്കന്മാർ ശ്രീലങ്കയെ കീഴടക്കിയത് കപ്പൽപ്പടയെ ഉപയോഗിച്ചാണ്; അതേ അവസരത്തിൽ രാമൻ അങ്ങനെ ചെയ്തത് വാനരപ്പടയെ ഉപയോഗിച്ചാണ്. അതുകൊണ്ട് ചോളരാജാക്കന്മാർ തങ്ങളുടെ ശിലാലിഖിതങ്ങളിൽ, രാമനേക്കാൾ മഹത്വം തങ്ങൾക്കുണ്ടെന്ന് അവകാശപ്പെടുന്നു.

ശരിതന്നെ. നേരെമറിച്ച്, പ്രതീകാത്മകത്വം (സിംബോളിസം) ഏതുവിധത്തിലാണ് പരിശോധിക്കേണ്ടത് എന്നതിനെക്കുറിച്ച് അത്തരം പ്രസ്താവനകൾ പറയുന്നുമുണ്ട്. ചരിത്രപരമായ വ്യാഖ്യാനങ്ങളിൽ യുക്തിക്കുള്ള പങ്കിനെക്കുറിച്ച് നാം സംസാരിക്കുമ്പോൾ ആശയവിനിമയ രൂപം എന്ന നിലയ്ക്ക് പ്രതീകാത്മകത്വത്തെ നാം തള്ളിക്കളയുന്നില്ല, മറിച്ച് അതിനെയും വിമർശനാത്മകമായി പരിശോധിക്കേണ്ടതുണ്ട് എന്നേ പറയുന്നുള്ളൂ എന്നാണ് ഞാൻ ഉദ്ദേശിക്കുന്നത്. പ്രതീകാത്മകത്വത്തെ അക്ഷരാർത്ഥത്തിൽ എടുക്കരുത്. അത് സൂചിപ്പിക്കുന്ന, അതിൽ അന്തർഭവിച്ചിരിക്കുന്ന അർത്ഥങ്ങൾ മനസ്സിലാക്കേണ്ടതുണ്ട്. ചിലരെ സംബന്ധിച്ചിടത്തോളം ഈ അർത്ഥങ്ങൾ തികച്ചും നിഗൂഢം തന്നെയായിരിക്കും. എന്നാൽ ഒരു ചരിത്രകാരന് വ്യത്യസ്തമായ രീതിയിൽ അത് വായിക്കാൻ കഴിയും.

യുക്തിചിന്തയും വിശ്വാസവും തമ്മിലുള്ള, നിശിതവും പൊരുത്തപ്പെടുത്താൻ കഴിയാത്തതുമായ വ്യത്യാസത്തെക്കുറിച്ച് താങ്കൾ ചൂണ്ടിക്കാണിക്കുകയുണ്ടായി. ഒരു ചരിത്രകാരന് മതപരമായി അയാളുടെ സ്വന്തം നിലപാടുണ്ടായിരിക്കും; എന്നാൽ ചരിത്ര പഠനത്തിന്റെ കാര്യത്തിൽ അതിന് ഒരു സ്ഥാനവുമില്ല.

ചരിത്രകാരൻ തന്റെ മതപരമായ വിശ്വാസങ്ങൾ ഉപേക്ഷിക്കണം എന്നല്ല, മറിച്ച് സ്രോതസ്സുകളെക്കുറിച്ചുള്ള വ്യാഖ്യാനങ്ങളിൽ അത് സ്വാധീനം ചെലുത്തുന്നത് എന്നാണ് ഞാൻ അതുകൊണ്ട് ഉദ്ദേശിക്കുന്നത്. ഒരു ചരിത്രകാരനിലുള്ള മതപരമായ സ്വത്വം, അഥവാ അത്തരം സ്വത്വത്തിന്റെ അഭാവം, അദ്ദേഹത്തിന്റെ വ്യാഖ്യാനങ്ങളിൽ ഏറ്റവും കുറഞ്ഞ അടയാളമെങ്കിലും ഉണ്ടാക്കാതിരിക്കില്ല. എന്നാൽ ചരിത്രകാര

ൻ എന്ന നിലയ്ക്ക് അദ്ദേഹം അതിനെക്കുറിച്ച് ബോധവാനായിരിക്കണം. ഓരോ ചരിത്രകാരനും ഒരളവുവരെ ഒരു പക്ഷമുണ്ടായിരിക്കും. കൂടുതൽ നല്ലവരായ ചരിത്രകാരന്മാർ അതിനെക്കുറിച്ച് ബോധവാന്മാരായിരിക്കും; തങ്ങൾക്ക് കഴിയാവുന്നിടത്തോളം നിഷ്പക്ഷരായിരിക്കും; നിഷ്പക്ഷരാവാൻ ശ്രമിക്കും. യുക്തിയുടെ അടിസ്ഥാനത്തിലുള്ള ചിന്തയ്ക്ക് ഒരൊറ്റ മാർഗ്ഗമല്ല ഉള്ളത് എന്ന കാര്യം വിസ്മരിക്കരുത്. കൂടുതൽ വിശാലമായ സമഗ്രതയെക്കുറിച്ച് നാം ചിന്തിക്കണം. ഗ്രന്ഥത്തിൽ ഒരു പ്രസ്താവന നടത്തുന്ന ഒരു വ്യക്തി അത്തരമൊരു പ്രസ്താവന നടത്തുന്നത് വിമർശനാത്മകമായ പരിപ്രേക്ഷ്യത്തിൽനിന്നു കൊണ്ടായിരിക്കണമെന്നില്ല, എന്നാൽ ആ ഗ്രന്ഥത്തെ വിലയിരുത്തുന്ന ചരിത്രകാരൻ അങ്ങനെയുള്ള പരിപ്രേക്ഷ്യത്തിൽനിന്നുകൊണ്ടാണ് അതിനെ വീക്ഷിക്കുന്നത് എന്ന വസ്തുതയും തള്ളിക്കളയാൻ കഴിയില്ല.

ഇന്നത്തെ ചരിത്രകാരന്മാരാൽ വിശദീകരിക്കപ്പെടാത്ത കാര്യങ്ങൾ പില്ക്കാലത്ത് വിശദീകരണക്ഷമമാണെന്നും വരാം.

ശരിയാണ്.

അപ്പോൾ പുതിയ പുതിയ വിശദീകരണങ്ങൾക്കുള്ള സാദ്ധ്യതകൾ എല്ലായ്പ്പോഴും ഉണ്ട്, അല്ലേ?

തികച്ചും ശരിയാണ്. ചരിത്രം എന്ന ഒരു പാഠ്യവിഷയത്തെ സംബന്ധിച്ച ഏറ്റവും ആവേശകരമായ വസ്തുത, ഒരു ചരിത്രകാരൻ എന്ന നിലയിൽ ഒരാൾ എല്ലായ്പ്പോഴും പഠിച്ചുകൊണ്ടേയിരിക്കുന്നു എന്നതാണ് എന്ന് ഞാൻ കരുതുന്നു. ഓരോ തവണയും ഒരു പുതിയ വിശകലനത്തോടുകൂടിയ ഒരു പുതിയ പുസ്തകം (ആ വിശകലനം എന്തുതന്നെയായിരുന്നാലും ശരി) ഒരാൾ കൈയിലെടുക്കുമ്പോൾ (അത് എസ്കിമോകളെക്കുറിച്ചുള്ളതാവാം; അഥവാ ബുഷിന്റെ ആൾക്കാരെക്കുറിച്ചുള്ളതാകാം) എല്ലാ സമയത്തും അയാളെക്കൊണ്ട് ചോദ്യങ്ങൾ ചോദിപ്പിക്കുന്നതും അയാളെ മുന്നോട്ട് നയിക്കുന്നതും, വിജ്ഞാനത്തിന്റെ ഈ പരസ്പര ബന്ധമാണ്.

ഒരിക്കലും മനസ്സ് അടച്ചുവയ്ക്കരുത്, പ്രത്യേകിച്ചും അധീശത്വചിന്തകൾ വളർന്നുകൊണ്ടിരിക്കുന്ന കാര്യം കണക്കിലെടുക്കുമ്പോൾ എന്നതാണല്ലോ താങ്കളെപ്പോലെ ഔന്നത്യവും പരിചയവും ഉള്ള ഒരു വ്യക്തി യുവതലമുറയ്ക്ക് നല്കുന്ന ഉത്തേജനം.

വിജ്ഞാനവിരോധികൾ എല്ലായ്പ്പോഴും അധീശത്വം സ്ഥാപിക്കുന്നതിന് ശ്രമിക്കുന്നു. ഞാൻ പലപ്പോഴും ചെയ്യാറുള്ളതുപോലെ, അവരെ നേരിടുമ്പോൾ ഏറ്റവും ആദ്യം മനസ്സിലുണ്ടായിരിക്കേണ്ട കാര്യം ശരിക്കും ഇതു തന്നെയാണ് - ചരിത്ര പ്രശ്നങ്ങൾക്ക് വിശദീകരണം നല്കുന്നുവെന്ന് ഞാൻ അവകാശപ്പെടുമ്പോൾ, സമീപകാലത്തെ ചർച്ചകൾക്കു

വേണ്ടി മാത്രമല്ല ഞാനങ്ങനെ ചെയ്യുന്നത്; ഒരുപക്ഷേ, അടുത്ത തലമുറയ്ക്കു കൂടി ഉപകാരപ്രദമായിത്തീരുന്നതിനുവേണ്ടി കൂടിയാണ് ഞാനങ്ങനെ ചെയ്യുന്നത്. ചർച്ചകളും ചോദ്യങ്ങൾ ചോദിക്കലും ഓരോ തലമുറയും തുടർന്നുകൊണ്ടിരിക്കേണ്ടത് അനിവാര്യമാണ്.

ഈ ചോദ്യങ്ങൾ മറ്റ് പല ആശയങ്ങളും കൊണ്ടുവരാനിടയുണ്ട്, അധീശത്വ നിലപാടുകളെ നിരന്തരം ചോദ്യം ചെയ്യാനിടയുണ്ട് എന്നതിനാൽ സമകാലീന ലോകം അതിനെ ഉറപ്പായും സ്വാഗതം ചെയ്യുക തന്നെ ചെയ്യും.

തികച്ചും ശരിയാണ്. അറിവ്, ചോദ്യം ചെയ്യലിനെയാണ് ആശ്രയിച്ചിരിക്കുന്നത്. അതില്ലെങ്കിൽ നിങ്ങൾ മനസ്സ് അടച്ചുപിടിക്കുന്നു.

ചിലപ്പോൾ ചോദ്യങ്ങൾ ചോദിക്കുന്നതുവഴി മാത്രം, താങ്കൾ ആളുകളെ വിഷമത്തിലാക്കിയെന്നു വരാം. വ്യത്യസ്തതയെക്കുറിച്ചുള്ള ഈ ഭയത്തെ ഏതെങ്കിലും തരത്തിൽ കൈകാര്യം ചെയ്യേണ്ടതും തോല്പിക്കേണ്ടതുമുണ്ട്. തുടക്കത്തിൽത്തന്നെ ഞാൻ പ്രസ്താവിച്ചപോലെ, ''ഭൂതകാലവും വർത്തമാനവും'' എന്ന കൃതി വായിച്ചു കഴിഞ്ഞപ്പോൾ താങ്കൾ ഒരുപക്ഷേ, ഒട്ടൊക്കെ ദുഃഖിതയാണെന്ന് എനിക്കു തോന്നി. ഒരുപക്ഷേ, അതായിരിക്കുകയില്ല, അതിൽനിന്ന് ഉൾക്കൊള്ളേണ്ട സന്ദേശം.

അതല്ല അതിൽനിന്ന് ഉൾക്കൊള്ളേണ്ട സന്ദേശം. അല്ലേയല്ല. വർത്തമാന കാലത്തെക്കുറിച്ച് മനസ്സിലാക്കുന്നതിനുവേണ്ടി ഭൂതകാലത്തെക്കുറിച്ച് പഠിക്കുമ്പോൾ അതിന്റെ ആവേശത്തിൽനിന്ന് മുന്നോട്ടു നോക്കുന്നതിന് സഹായകമായ എന്തെങ്കിലും എല്ലായ്പ്പോഴും ലഭിക്കുക തന്നെ ചെയ്യും.

9 789387 842755

Printed by Libri Plureos GmbH in Hamburg,
Germany